കനൽ മനുഷ്യർ

kanal manushyar

•

najim kochukalunk

•

first edition
october 2018

•

typesetting & published
chintha publishers, thiruvananthapuram

•

cover
vinod

വിതരണം

ദേശാഭിമാനി ബുക്ക് ഹൗസ്

H O തിരുവനന്തപുരം-695 035
phone: 0471-2303026, 6063026
www.chinthapublishers.com
chinthapublishers@gmail.com

ബ്രാഞ്ചുകൾ

ഹെഡ്ഡാഫീസ് ബ്രാഞ്ച് കുന്നുകുഴി • സ്റ്റാച്യു തിരുവനന്തപുരം • കെ എസ് ആർ ടി സി ബസ് സ്റ്റേഷൻ ആലപ്പുഴ • കെ എസ് ആർ ടി സി ബസ് സ്റ്റേഷൻ എറണാകുളം • മച്ചിങ്ങൽ ലെയ്ൻ തൃശൂർ • ഐ ജി റോഡ് കോഴിക്കോട് • മാവൂർ റോഡ് കോഴിക്കോട് • എൻ ജി ഒ യൂണിയൻ ബിൽഡിങ് കണ്ണൂർ • സെൻട്രൽ ബസ് ടെർമിനൽ കോംപ്ലക്സ് താവക്കര കണ്ണൂർ

CO - 2705 / 4762
ISBN - 978-93-87842-85-4

കനൽ മനുഷ്യർ

(അനുഭവങ്ങളുടെ പരദേശി ആഖ്യാനങ്ങൾ)

നജിം കൊച്ചുകലുങ്ക്

ചിന്ത പബ്ലിഷേഴ്സ്
തിരുവനന്തപുരം-695 035

നജിം കൊച്ചുകലുങ്ക്

ജനനം കൊല്ലം ജില്ലയിലെ കൊച്ചുകലുങ്ക് എന്ന ഗ്രാമത്തിൽ. പരേതനായ സൈനുദ്ദീൻെയും മാഹിനൂർ ബീവിയുടെയും മകൻ. അരുവിത്തുറ സെന്റ് ജോർജസ് കോളജ്, പെരിങ്ങമ്മല ഇഖ്ബാൽ കോളെജ് എന്നിവിടങ്ങളിൽ പഠനം.ചരിത്രത്തിൽ ബിരുദം. 1995 മുതൽ പത്രപ്രവർത്തന രംഗത്ത്. 2001 മുതൽ സൗദി അറേബ്യയിൽ. *ഗൾഫ് മാധ്യമം* റിയാദ് ബ്യൂറോയിൽ ലേഖകൻ. വിവിധ വിഷയങ്ങളിൽ ആനുകാലികങ്ങളിൽ എഴുതുന്നു. ന്യൂ ഏജ് തെങ്ങമം ബാലകൃഷ്ണൻ മാധ്യമ പുരസ്കാരം, ഫ്രണ്ട്സ് ക്രിയേഷൻസ് മീഡിയ എക്സലൻസ് അവാർഡ്, ദല കൊച്ചുബാവ ചെറുകഥാപുരസ്കാരം, പെരുമ്പാവൂർ ഇൻസ്റ്റിറ്റ്യൂട്ട് ഓഫ് സോഷ്യൽ സയൻസസ് സാഹിത്യ പുരസ്കാരം, പുരോഗമന കലാസാഹിത്യ സംഘം സംസ്ഥാന സമ്മേളനം കഥാ അവാർഡ്, കേരള നദ്‌വത്തുൽ മുജാഹിദ്ദീൻ സംസ്ഥാന സമ്മേളനം കഥാ പുരസ്കാരം, സോളിഡാരിറ്റി സംസ്ഥാന സമ്മേളനം കഥാ പുരസ്കാരം, അബുദാബി മലയാളി സമാജം കഥാപുരസ്കാരം, റിയാദ് കേളി കവിതാ അവാർഡ്, കേരള കൗമുദി റീഡേഴ്സ് ക്ലബ് കവിത പുരസ്കാരം, മാസ് ജീസാൻ കവിത പുരസ്കാരം ഉൾപ്പെടെ നിരവധി സമ്മാനങ്ങൾക്ക് അർഹനായി.

ഭാര്യ : ജാസ്മിൻ എ എൻ
(ഹയർ സെക്കന്ററി സ്കൂൾ അദ്ധ്യാപിക)
മക്കൾ : ഫിദൽ മുഹമ്മദ്, ഗസൽ മുഹമ്മദ്
വിലാസം : സുകൃതം
കൊച്ചുകലുങ്ക്
ചോഴിയക്കോട് പി ഒ
കൊല്ലം 691310
ഫോൺ : 9645049545, 00966 568467926
ഇമെയിൽ : fidhel@gmail.com

ഉള്ളടക്കം

പ്രസാധകക്കുറിപ്പ്

പ്രവാസാനുഭവങ്ങൾ; എന്നാൽ പിറന്ന നാടിനെപ്പറ്റിയുള്ള കേവലമായ ഗൃഹാതുര സ്മരണകൾ മാത്രമല്ല. വേറൊരു സാംസ്കാരിക ഭൂമികയിൽ എത്തിച്ചേരുന്ന മനുഷ്യനിൽ ഉരുവം കൊള്ളുന്ന ഭാവ സങ്കീർണ്ണതകളും അനുഭവ വൈചിത്ര്യങ്ങളുമാണത്. എന്നാൽ ഒരുവൻ രൂപപ്പെട്ട ഇടവുമായുള്ള മാനസിക സഞ്ചാരങ്ങൾ ഒഴിവാക്കാനുമാവില്ല. ലോകത്തിന്റെ വിവിധ കോണുകളിൽനിന്നും ഗൾഫ് എന്ന തൊഴിൽ സാഗരത്തിൽ എത്തിച്ചേരുന്ന മനുഷ്യരുടെ പിടച്ചിലുകളാണ് നജിം കൊച്ചുകലുങ്ക് ഇവിടെ കോറിയിടുന്നത്. വേറൊരു ലോകം, വേറെ മനുഷ്യർ. എന്നിട്ടും മനുഷ്യരുടെ അകക്കടലുകളിൽ ഇരമ്പിയാർക്കുന്നത് ഒരേ ജീവിതത്തിരകളാണെന്ന് ഈ പുസ്തകം നമ്മെ ഓർമ്മിപ്പിക്കുന്നു. ചെറിയൊരു വിങ്ങലോടെ മാത്രമേ ഈ പുസ്തകം വായിച്ചു തീർക്കാനാകൂ.

ചിന്ത പബ്ലിഷേഴ്സ്

സമർപ്പണം

കനലായി നീറിപ്പുകയുന്ന ലോകത്തെ മുഴുവൻ പ്രവാസികൾക്കും

ആമുഖം

"അഹ്‌ലൻ വ സഹ്‌ലൻ"

വിമാനത്തിലാണ് ഞാനീ വാക്കുകൾ ആദ്യം കേട്ടത്. പ്രവാസത്തിലേക്കുള്ള ആദ്യ യാത്ര. അഹ്‌ലൻ വ സഹ്‌ലൻ. ഹൃദ്യമായ സ്വാഗതം. പതിനെട്ട് വർഷം മുമ്പായിരുന്നു അത്.

പ്രാദേശിക പത്രപ്രവർത്തനവും നാട്ടിൽ അല്ലറ ചില്ലറ കച്ചവടവുമായി നടന്നിട്ടും ജീവിതം ഗതിപിടിക്കാതെ വന്നപ്പോൾ മറുഗതി തേടി പോന്നതാണ്. വന്നെത്തിയത് വീണ്ടും പത്രപ്രവർത്തനത്തിന്റെ വഴിയിൽ. പ്രവാസികൾക്കിടയിലെ പത്രപ്രവർത്തനം ദുരിതങ്ങളുടെ കണക്കെടുപ്പാണെന്ന് പെട്ടെന്നു തന്നെ ബോദ്ധ്യപ്പെട്ടു. ഓരോ പ്രവാസിയും തീക്കട്ടയാണ്. തീയിലിട്ടതുപോലെ പ്രകൃതി ചുട്ടുപഴുക്കുമ്പോൾ മാത്രം വിളനല്കുന്ന മരുഭൂമിയിലെ ഒരേയൊരു ഫലവൃക്ഷമാണല്ലോ ഈന്തപ്പന. ഒരുപാട് വെന്തുനീറുന്നത് കൊണ്ടാകാം ഈന്തപ്പഴത്തിന് ഇത്ര മധുരവും പോഷക ഗുണവും. സ്വയം വെന്തും നീറിയും പ്രവാസി ചെയ്യുന്നതും അതുതന്നെ. സ്വന്തം നാടിനും വീടിനും മുന്തിയ മധുരവും പോഷകവും പ്രദാനം ചെയ്യുന്നു.

ഒടുവിൽ അവനാകട്ടെ കുറെ നീറിപ്പുകഞ്ഞ് ചാരമായടിയുന്നു.

പതിനെട്ട് വർഷത്തെ സഹവാസത്തിനിടയിൽ അനുഭവിച്ചറിഞ്ഞ കനൽ ജീവിതങ്ങൾ നിരവധിയാണ്. ചിലത് ഓർമ്മയിൽ ഇന്നും പുകയുന്നു.

സാഹചര്യങ്ങളുടെ നിർബ്ബന്ധങ്ങൾക്ക് വഴങ്ങിയും ജോലിയുടെ ഭാഗമായും ആ കനലനുഭവങ്ങൾ പിന്നീട് എഴുത്തായി പുറത്തുവന്നു. വിവിധ ആനുകാലികങ്ങളിൽ അച്ചടിമഷി പുരണ്ടതാണിപ്പോൾ ഈ പുസ്തകത്തിൽ കൂട്ടിവെച്ചിരിക്കുന്നത്.

കനലുകളാണ് ഉള്ളിലെന്ന് പറയുമ്പോഴും പുസ്തകത്തിലേക്ക് ക്ഷണിക്കാൻ

ആ വാക്കുകളേ കൈയിലുള്ളൂ, 'അഹ്‌ലൻ വ സഹ്‌ലൻ'.

സ്വന്തം

നജിം കൊച്ചുകലുങ്ക്

ശുക്റൻ

പണി നടക്കുന്ന കെട്ടിടത്തിലെ പല നിലകൾ നടന്നുകയറി വിയർത്ത് തളർന്ന് സുലൈമാനി കൊണ്ടുകൊടുക്കുമ്പോൾ കഫീൽ പറയും 'ശുക്റൻ'.

സഹികെട്ട് ഒരിക്കൽ, ശുക്റൻ മാഫി റൂഹ് ഇന്ത്യ, ഫുലൂസ് ബസ് (നന്ദി ഇന്ത്യയിലേക്ക് പോകില്ല, പണം മതി) എന്ന് മുറി അറബിയിൽ പറഞ്ഞുപോയി.

രണ്ടുമാസം വൈകി മാത്രം കിട്ടുന്ന ശമ്പളം അപ്പോൾത്തന്നെ കൊടുത്തുകൊണ്ടായിരുന്നു ആ തൊഴിലുടമ അതിന് നല്കിയ മറുപടി.

ഒരു നിർമ്മാണക്കമ്പനിയിൽ ടീബോയിയായി ജോലി ചെയ്തിരുന്ന മലയാളിയാണ് ഈ അനുഭവം പറഞ്ഞത്. കാൽക്കാശ് ചെലവില്ലാത്ത നന്ദി പ്രകടനമാണ് 'ശുക്റൻ'.

എന്നാൽ ഞാനിപ്പോൾ കണ്ണുകൾ നിറച്ച്, ഹൃദയം വിതുമ്പി

ഈ വാക്ക് മന്ത്രിച്ച് ഇവിടെ നില്ക്കുന്നത് 17 വയസ്സ് പിന്നിട്ട പ്രവാസത്തിന്റെ മുഴുവൻ വിലയും അതിന് നല്കിയാണ്.

സഹായിച്ചവർ മാത്രമേയുള്ളൂ. പ്രതിസന്ധികൾ മാത്രമേയുണ്ടായിരുന്നുള്ളൂ.

തരണം ചെയ്യാൻ കരംനീട്ടിയവർ നിരവധിയാണ്.

പത്രപ്രവർത്തനത്തിലും പ്രവാസത്തിലും സഹായിച്ചവരുടെ പേരുകൾ നിരത്തിവെക്കാൻ ഈ പുസ്തകത്തിലെ പേജുകൾ മതിയാകില്ല.

അതിനാൽ തുടിക്കുന്ന ഹൃദയം പിടിച്ചടക്കി

എല്ലാവരോടുമായി പറയാനൊരു വാക്ക് മാത്രം 'ശുക്റൻ'.

- ഗ്രന്ഥകാരൻ

അബൂഫൈസൽ

ഞങ്ങളുടെ കഫീൽ (തൊഴിലുടമ) അഹ്മദ് മുഹമ്മദ് അൽറദൈനിയുടെ വിളിപ്പേര് അതായിരുന്നു.

ഫൈസലിന്റെ ബാപ്പ!

കമ്പനിയിലെ ടെലിഫോണിലേക്ക് ചിലപ്പോഴെങ്കിലും വരാറുള്ള ഒരു ആർദ്ര ശബ്ദവും അതുതന്നെ ചോദിച്ചു.

"ഫേൻ അബൂഫൈസൽ?" (അബൂഫൈസൽ എവിടെ?)

അത് അദ്ദേഹത്തിന്റെ ഭാര്യയായിരുന്നു.

ഗൂഢമായൊരു പ്രണയബന്ധത്തിൽ കുരുങ്ങിക്കിടക്കുന്ന ഭർത്താവിന്റെ മൊബൈൽ ഫോൺ നിശ്ശബ്ദമാകുമ്പോഴെല്ലാം സി സി സെന്റർ എന്ന അദ്ദേഹത്തിന്റെ പരസ്യക്കമ്പനിയിലേക്ക് ഒട്ടൊരു ആകുലതയോടെ ആ ഫോൺവിളി വന്നു.

വിഷാദത്തിന്റെ നനവുണ്ടാകുമായിരുന്നു ആ ശബ്ദത്തിന്. ഫ്രണ്ടോഫിസിൽ മറ്റാരുമില്ലാത്തതിനാൽ ഞാനായിരുന്നു മറുപടി പറഞ്ഞത്.

സർക്കാർ സ്കൂളിൽ അദ്ധ്യാപകനായ അദ്ദേഹം ഉച്ചയ്ക്ക് സ്കൂളിൽ നിന്നിറങ്ങി മിക്കപ്പോഴും സി സി സെന്ററിലേക്ക് വന്നു. ഭർത്താവ് അവിടെയെത്തിയോ എന്നറിയുക എന്നതിനപ്പുറം ആ വിളിക്ക് മറ്റൊന്നും വേണ്ടിയിരുന്നില്ല. അബൂഫൈസലിനെ കണക്ട് ചെയ്യാൻ ഒരിക്കലും ആവശ്യപ്പെട്ടതുമില്ല.

എന്നാൽ, ആ വിളി അറ്റന്റ് ചെയ്യൽ എനിക്ക് ഗൂഢമായൊരു ആഹ്ലാദമായിരുന്നു.

അറബിപ്പെണ്ണുങ്ങളെല്ലാം അതീവസുന്ദരികളാണെന്ന ധാരണയിൽ ചെറുപ്പത്തിന്റെ കൗതുകമുണർന്നകാലം. ആർദ്രത മുറ്റിയ ആ പെൺശബ്ദം വല്ലാത്തൊരു ആകർഷണമായി.

ഭക്ഷണംപോലെ പെണ്ണും വലിയ കൊതിയായിത്തീർന്നത് മരുഭൂമിയിൽ വന്നിട്ടാണല്ലോ എന്ന് എം മുകുന്ദന്റെ *പ്രവാസം* നോവലിലെ എഞ്ചിനീയർ ഗോപാലനെപോലെ ഞാനും വിസ്മയിച്ചു.

വളരെ ചെറുപ്പമായിരുന്നെങ്കിലും അബൂഫൈസൽ 'ടാ തടിയാ' എന്ന ദുരവസ്ഥയിൽ 120 കിലോയിലേറെ ഭാരവും വഹിച്ചാണ് ജീവിച്ചത്. യുവത്വത്തിന്റെ പ്രസരിപ്പിനെ അമിത കൊഴുപ്പിന്റെ ആലസ്യം കാണുന്നിടത്തെല്ലാം ചടച്ചിട്ടു. ഫോണിലെത്തുന്ന ആർദ്രശബ്ദത്തിന്റെ ഉടമയും ഒട്ടും മോശമായിരുന്നില്ല.

ചേരുംപടി ചേർക്കപ്പെട്ട ദമ്പതികളാണെന്ന് അദ്ദേഹത്തിന്റെ ഹോണ്ട അക്കോർഡ് കാറിൻെറ ഇടതുസൈഡിൽ പലപ്പോഴും നിറഞ്ഞിരുന്ന കറുത്ത തുണിക്കെട്ട് ഞങ്ങളെ ബോദ്ധ്യപ്പെടുത്തി.

മെലിഞ്ഞു സുന്ദരിയായ ഒരു കുവൈത്തി വംശജയാണ് അബൂഫൈസലിൻെറ കാമുകിയെന്ന് കമ്പ്യൂട്ടർ ടെക്നീഷ്യനായ വർക്കല സ്വദേശി കുമാറാണ് പറഞ്ഞത്. കമ്പനിയിൽ പാർട്ട് ടൈം പണിക്ക് വന്നിരുന്ന കുമാറിന് കഫീലിനോട് ഏറെ അടുപ്പമുണ്ടായിരുന്നു.

കാണാമറയത്തെ ആ കാമുകി ഞങ്ങളുടെ കമ്പനിപരിസരത്ത് ഒരു അദൃശ്യസാന്നിദ്ധ്യമായി നിറഞ്ഞുനില്ക്കാൻ തുടങ്ങിയത് അങ്ങനെയാണ്. അവിടെ ചൂഴ്ന്നുനിന്ന കാറ്റിനുപോലും പ്രണയത്തിൻെറ സൗരഭ്യമുണ്ടെന്ന് ഞങ്ങൾക്കുതോന്നി. അബൂഫൈസൽ വരുമ്പോഴൊക്കെ വായുവിൽ പുരളുന്നത് പ്രണയമണമായി അവിടെതന്നെ ചൂഴ്ന്നുനിന്നു.

ജാഹിലിയാകാലത്തെ അറേബ്യൻ പ്രണയകഥയിലെ നായിക ഉനൈസയുടെ പേരുള്ള നാട്ടിൽനിന്നായിരുന്നു അബൂഫൈസലും വന്നത്. സൗദി അറേബ്യയുടെ അൽഖസീം പ്രവിശ്യയിലെ പഴയൊരു പട്ടണം. അബൂഫൈസലിൻെറ പ്രണയത്തിന് ഞങ്ങൾ ഒരു ഇതിഹാസകഥയുടെ പരിവേഷംനല്കിയത് അതുകൊണ്ടാണ്.

ഉനൈസയെ പ്രണയിച്ച ഇംറുൽ ഖൈസിനെ ഞങ്ങൾ അബൂഫൈസലിൽ കണ്ടു. ഡ്യൂട്ടിസമയം കഴിഞ്ഞാൽ പിന്നെ ഞങ്ങൾക്ക് വേറെ പണിയൊന്നുമുണ്ടായിരുന്നില്ലല്ലോ. അന്യൻെറ പ്രണയകഥകളിൽ തൊങ്ങലുകൾ തുന്നിപ്പിടിപ്പിക്കാനെന്തു രസമാണ്!

ഷാജഹാൻ മുംതാസിനുവേണ്ടി പണിത താജ്മഹൽപോലെ അബൂഫൈസൽ പ്രണയിനിക്കുവേണ്ടി തുടങ്ങിയതാണ് പരസ്യക്കമ്പനിയെന്ന് കുമാർ ഇടയ്ക്കെല്ലാം തമാശപറഞ്ഞു. പ്രിയ പത്നിയുടെ പ്രണയത്തിന്റെ ഓർമ്മയ്ക്കുമുന്നിൽ സമർപ്പിക്കപ്പെട്ട താജ്മഹലല്ല, തീവ്രപ്രണയത്തിനുവേണ്ടി വാൻഗോഗ് അറുത്തെറിഞ്ഞ ചെവിയാണതെന്ന് ഒടുവിൽ ഞങ്ങൾ സി സി സെന്ററിനെ പഴിക്കാൻ തുടങ്ങി. മാസങ്ങളായി ശമ്പളം മുടങ്ങി കിട്ടിയ വിലയ്ക്ക് കമ്പനി വിറ്റൊഴിച്ച്, വാങ്ങിയ കമ്പനിക്ക് ഞങ്ങളെ വിറ്റ് കഫീലും മലയാളി മാനേജരും സലാം പറഞ്ഞു പിരിഞ്ഞു.

കടലിനക്കരെയുള്ള ജീവിതപ്പച്ചതേടി നാടുവിട്ട ഞങ്ങൾ കുറച്ചു

പേർക്ക് മരുഭൂമിയിൽ തണലിട്ട അബൂഫൈസൽ എന്ന ആദ്യത്തെ തൊഴിലുടമയെക്കുറിച്ച് ഇപ്പോൾ ഓർക്കുമ്പോൾ മനസ്സിൽ കണ്ണീർപൊടിയാറുണ്ട്.

അവസാനം കാണുമ്പോൾ പ്രണയകഥയിലെ നായകൻെറ പരിവേഷമൊന്നും അദ്ദേഹത്തിൽ കാണാൻ കഴിഞ്ഞില്ല. സങ്കല്പിച്ചുകൂട്ടിയതിനൊക്കെ വിരുദ്ധമായ കാഴ്ച. വിഷാദം നിറഞ്ഞ ഒരു അന്തരീക്ഷത്തിൽ അദ്ദേഹം എന്നോട് ചോദിച്ചു:

"നിനക്ക് ഓർമ്മയില്ലേ, എന്റെ ആ വലിയ വീട്. ഇപ്പോൾ ഞാനും എന്റെ കുടുംബവും കഴിയുന്നത് കണ്ടില്ലേ, എലികളുടെ മാളംപോലത്തെ ഈ ഫ്ളാറ്റിൽ."

പ്രവാസികളുടെ തീക്ഷ്ണമായ മണലെഴുത്തുകളിലെങ്ങും മണൽക്കാട്ടിൽ തണലേകിയ കഫീലന്മാരുടെ ദുരിതകഥകൾ വായിക്കാനിടയായിട്ടില്ല, വേദനകളും ആർത്തനാദങ്ങളും നിറഞ്ഞ പ്രവാസികളുടെ ആടുജീവിതങ്ങളല്ലാതെ. എന്നാൽ, എനിക്ക് പതിവുതെറ്റിക്കേണ്ടിവരുന്നു.

സി സി സെന്ററിൽ ജോലിക്കെത്തിയ ഞങ്ങൾ എല്ലാ വിദേശികളും പിന്നീട് നല്ല ജീവിതം കരുപ്പിടിപ്പിച്ചു. എന്നാൽ, തന്റെ വലിയ വീടും കമ്പ്യൂട്ടർ സെന്ററും സമ്പാദ്യങ്ങളുമെല്ലാം വിറ്റ് ആ സ്ഥാപനം തുടങ്ങിയ അബൂഫൈസലോ?

റിയാദ് നഗരത്തിന്റെ പ്രധാന കേന്ദ്രങ്ങളിലൊന്നിൽത്തന്നെ സാമാന്യം നല്ലനിലയിൽ പ്രവർത്തിച്ചിരുന്ന ഒരു കമ്പ്യൂട്ടർ സെന്റർ അബൂഫൈസലിനുണ്ടായിരുന്നു.

എപ്പോഴോ, എവിടെവെച്ചോ പരിചയപ്പെടാനിടയായ മലയാളി മാനേജർ പ്രമുഖ പരസ്യക്കമ്പനിയിലെ തൻെറ നീണ്ടകാലത്തെ പരിചയസമ്പത്ത് പറഞ്ഞു ബോദ്ധ്യപ്പെടുത്തിയാണ് അദ്ദേഹത്തെക്കൊണ്ട് പരസ്യക്കമ്പനി തുടങ്ങിപ്പിച്ചത്. ഒറ്റമുറിയിലൊതുങ്ങുന്ന കമ്പ്യൂട്ടർ സെന്ററിനേക്കാൾ ഒരു വലിയ കെട്ടിടത്തോളം വലുപ്പമുള്ള പരസ്യക്കമ്പനിയിലേക്കുള്ള മാറ്റം ജീവിതനിലവാരത്തിൽ ഉയർച്ചയും സമൂഹത്തിൽ അന്തസ്സും വർദ്ധിപ്പിക്കും എന്ന് അദ്ദേഹം ധരിച്ചുവശായിട്ടുണ്ടാകാം. ഇനിയൊരുപക്ഷേ, കുമാർ പറഞ്ഞതുപോലെ കാമുകിയിൽ മതിപ്പുണ്ടാക്കാൻ ചെയ്തതുമാവാം.

കഫീലിന് റിയാദ് നഗരത്തിൽ സ്വന്തമായി വലിയൊരു വീടുണ്ടായിരുന്നതും വില്ക്കേണ്ടിവന്നു. വിറ്റ വീട്ടിൽനിന്ന് സാധനങ്ങൾ മാറ്റാൻ ഞങ്ങൾ പോയിരുന്നു. വീടും കമ്പ്യൂട്ടർ സെന്ററുമൊക്കെ വിറ്റുകിട്ടിയ പണംകൊണ്ടാണ് പരസ്യക്കമ്പനി തുടങ്ങിയത്.

മുങ്ങാൻ തുടങ്ങിയ കപ്പൽ കൃത്യം മൂന്നാമത്തെ വർഷം മറ്റൊരു കമ്പനിക്ക് വില്ക്കാൻ കഴിഞ്ഞത് ആരുടെ ഭാഗ്യം? ഏതായാലും അബൂഫൈസലിന്റേതായിരുന്നില്ല എന്നുതോന്നി. എല്ലാം നഷ്ടപ്പെട്ടപ്പോൾ സർക്കാർ സ്കൂളിലെ ജോലി മാത്രം ആശ്രയമായി.

പുതിയ കമ്പനിയിലേക്ക് സ്പോൺസർഷിപ്പ് മാറ്റാതെ പത്തു

മാസത്തിനുശേഷം ഫൈനൽ എക്സിറ്റ് വാങ്ങാൻ ഞാൻ അബൂഫൈസലിലേക്ക് തിരികെ ചെന്നു. നിലവാരം കുറഞ്ഞ ഒരു ഫ്ളാറ്റിലേക്ക് തുറക്കുന്ന ഇടനാഴിയുടെ വാതിലിലൂടെ കുനിഞ്ഞ് അകത്തേക്ക് കടക്കുമ്പോൾ താഴ്ന്ന ശബ്ദത്തിൽ അദ്ദേഹം ചോദിച്ചു:

"ശരിക്കും എലിയുടെ മാളംപോലെ ഇല്ലേ?"

നിരാശ ആ വലുപ്പമുള്ള മുഖത്ത് വലിയ നിഴലിട്ടിരുന്നു. എല്ലാം നഷ്ടപ്പെട്ടവന്റെ നിർവ്വികാരതയിൽ താടിയിലെ കുറ്റിരോമങ്ങൾ എഴുന്നുനിന്നു!

മാസങ്ങൾക്കുശേഷം പുതിയ വിസയിൽ റിയാദിൽ തിരിച്ചെത്തിയപ്പോൾ ആകസ്മികമായി വഴിയിൽവെച്ചു കണ്ട പഴയ യമനി സഹപ്രവർത്തകൻ ലുത്ഫി പറഞ്ഞാണ് അത് അറിഞ്ഞത്.

"അബൂഫൈസൽ മൗത്ത്."

ഹൃദയാഘാതം. 33-ാം വയസ്സിൽ!

കമ്പ്യൂട്ടർ സെന്ററിലെ ടെക്നിക്കൽ ചീഫായിരുന്ന ലുത്ഫിയും അബൂഫൈസലും തമ്മിൽ തൊഴിലാളി, മുതലാളി ബന്ധമായിരുന്നില്ല. അടുത്ത സുഹൃത്തുക്കളായിരുന്നു അവർ. ആ വേദന ലുത്ഫിയുടെ മുഖത്തുനിന്ന് വായിച്ചെടുക്കാനായി.

എന്റെ കണ്ണും നിറഞ്ഞുവോ?

ഓർമ്മയിലൊരു ജഡം...

ഒരു വ്രതമാസ രാവ്. റിയാദ് കിങ് ഖാലിദ് രാജ്യാന്തര വിമാനത്താവളത്തിലെ കാർഗോ ഡിവിഷന്റെ മുറ്റത്ത് നിരത്തിവെച്ച പെട്ടികളിലൊന്നിൽ ആ ശവം കിടന്നു.

മോർച്ചറിയിലെ ശീതീകരണിയിലിരുന്ന നാളുകൾ പാളികളായി അതിനെ പൊതിഞ്ഞ മഞ്ഞ് ഇപ്പോൾ അലിഞ്ഞു തുടങ്ങിയിട്ടുണ്ടാവും. ഈർപ്പം വേർപ്പ് തുള്ളികൾപോലെ ശരീരത്തെ നനച്ചു കുതിർത്തുന്നുണ്ടാവും.

അഞ്ചുമാസത്തിന്റെ ജഡത്വം ഉണക്കമീൻ പോലെയാക്കിയ ആ ശരീരം ഉഷ്ണമാപിനിയിൽ ഇരുപത് എന്ന് രേഖപ്പെടുത്തുന്ന പുറത്തെ അന്തരീക്ഷോഷ്മാവിലിനിയും കുറച്ചുനേരം കൂടിയിരുന്നാൽ സംഭവിക്കാവുന്ന ദുരന്തമോർത്ത് ആശങ്കയിലായ ശിഹാബ് നെട്ടോട്ടത്തിലാണ്.

രാത്രി ഒൻപതിന് റിയാദ് ശുമേസി ആശുപത്രി മോർച്ചറിയിൽ നിന്നെടുത്ത ശവമാണ്. ഇന്ത്യയിലേക്കുള്ള വിമാനം പിറ്റേന്ന് രാവിലെ പതിനൊന്നിനും. എയർപ്പോർട്ട് കാർഗോ സെക്ഷനിലെത്തിച്ച മൃതദേഹം അതുവരെ ഫ്രീസറിൽ വെക്കാനുള്ള അനുമതിക്കുവേണ്ടിയാണ് ശിഹാബിൻെറ ഈ പരക്കംപാച്ചിൽ.

ബോഡി എമിഗ്രേഷൻ ചെക്ക് ഇൻ പരിശോധനയ്ക്കുശേഷം കാർഗോ സെക്ഷനിലെ ശീതീകരണിയിൽവെക്കാനുള്ള അനുമതി രേഖ ലഭിക്കണം. ബന്ധപ്പെട്ട സെക്ഷനിൽ ഉദ്യോഗസ്ഥനില്ല.

റമദാനിലെ രാത്രിയിൽ സ്വാഭാവികമായ തിരക്കുകളിൽപ്പെട്ട് ആ ഉദ്യോഗസ്ഥൻ എവിടെയോ ആണ്. പുറത്തെ ചൂട് നിറഞ്ഞ അന്തരീക്ഷത്തിൽ ശവപ്പെട്ടിയുടെ ഇരിപ്പ് അപ്പോഴേക്കും നാലഞ്ച് മണിക്കൂറായി കഴിഞ്ഞു.

ജീവകാരുണ്യ പ്രവർത്തകനെന്ന നിലയിൽ സൗദി അറേബ്യയിലെ ഇന്ത്യൻ സമൂഹത്തിൽ പരക്കെ അറിയപ്പെടുന്ന ശിഹാബ് കൊട്ടുകാട് അതുകൊണ്ടുതന്നെ ആ ഉദ്യോഗസ്ഥനെ എങ്ങനെയും തേടിപ്പിടിക്കാനുള്ള ശ്രമത്തിലാണ്. ശവമടച്ച പെട്ടിക്ക് കാവൽ നില്ക്കാനുള്ള ചുമതല ഞങ്ങൾക്കും. ഞങ്ങളെന്ന് പറഞ്ഞാൽ ഞാനും മാധ്യമ സുഹൃത്തായ ഷഖീബ് കൊളക്കാടനും.

ഒരു കൗതുകത്തിന് ശിഹാബിനോടൊപ്പം ഇറങ്ങി പുറപ്പെട്ടതാണ്. 'മൃതദേഹം നാട്ടിലേക്ക് കൊണ്ടുപോയി' എന്നൊക്കെ ഒരു മാധ്യമ പ്രവർത്തകനെന്ന നിലയിൽ ധാരാളം വാർത്തകൾ എഴുതിയിട്ടുണ്ടെങ്കിലും എയർപ്പോർട്ടിലെ അതിന്റെ നടപടിക്രമങ്ങൾ സംബന്ധിച്ച് നേരിട്ടറിവില്ലായ്മ പരിഹരിക്കാനുള്ള ജിജ്ഞാസപ്രേരിതമായ യാത്ര.

അതിങ്ങനെ ശവത്തിന് കാവലിരുപ്പായി മാറിയപ്പോൾ ഇതുപോലെ നൂറുകണക്കിന് മൃതദേഹങ്ങളുമായി ഈ മുറ്റത്ത് പലതവണ വന്നുപോകുന്ന ശിഹാബിനെപ്പോലുള്ള ജീവകാരുണ്യപ്രവർത്തകരോട് മനസ്സിൽ ആദരവ് പെരുത്തു.

സമയമിഴയുകയാണ്.

നീട്ടിവളർത്തിയ മുടി മാടിയൊതുക്കുന്ന വിരലുകളിൽ അസ്വസ്ഥതയുടെ വിറയൽ പടരുന്നത് മറച്ചുവെക്കാനാവാതെ ശിഹാബ് നിസ്സഹായനാവുകയാണ്. നൂറുകണക്കിന് ശവങ്ങളുമായി ഇതുപോലെ പലതവണ ഈ മുറ്റത്ത് ശിഹാബ് വന്നിട്ടുണ്ട്. അന്നൊന്നുമുണ്ടാകാത്ത അസുഖകരമായ ഒരവസ്ഥ.

അതാണ് ഈ പെട്ടിക്കുള്ളിൽ കിടക്കുന്ന 'മാണിക്കത്തിന്റെ' കഥയെ വ്യത്യസ്തമാക്കുന്നത്. അത്തർ മണത്തിനും പത്രാസിനുമപ്പുറത്തെ 'ഗൾഫുകാരന്റെ' ദൈന്യം നിറഞ്ഞ ജീവിതകഥ. ജീവനറ്റ ശരീരം തങ്ങൾക്കാവശ്യമില്ലെന്ന് പ്രാണപ്രേയസിയും അരുമ മക്കളും അറുത്തുമുറിച്ച് പറഞ്ഞ, ഒരു മനുഷ്യായുസ്സ് മുഴുവൻ മരുഭൂമിയിൽ ചോര വിയർപ്പാക്കി കുടുംബത്തെ പോറ്റിയ ഒരു സാധാരണ പ്രവാസിയുടെ കഥ.

റിയാദിൽ ഒരു ഇലക്ട്രിക്കൽ ഹെൽപ്പറായിരുന്നു തമിഴ്നാട്ടിലെ തഞ്ചാവൂർ സ്വദേശി മാണിക്കം. കുറെ വർഷം ഇവിടെ ജോലിയെടുത്ത് കുടുംബത്തെ തന്നെ കൊണ്ടാവും വിധം പോറ്റി. മക്കൾ തന്നോളമെത്തി. നാട്ടിൽ വിവിധ ജോലികളിലേർപ്പെട്ട് കുടുംബത്തിന് മറ്റുവിധത്തിൽ വരുമാനവും കൂടി.

ഒരു സായാഹ്നത്തിൽ ജോലി കഴിഞ്ഞ് സൈക്കിളിൽ താമസസ്ഥലത്തേക്ക് മടങ്ങുമ്പോൾ അറബി യുവാവിൻെറ കാറിടിച്ചാണ് ഇയാൾ മരിക്കുന്നത്. മൃതദേഹം സ്വാഭാവികമായും സർക്കാർ ആതുരാലയമായ ശുമേസി ആശുപത്രി മോർച്ചറിയിലെത്തി. ദിവസങ്ങളും ആഴ്ചകളും പിന്നിട്ടിട്ടും അവകാശികളാരും എത്തിയില്ല.

പൊലീസ് ഇയാളുടെ ജോലിസ്ഥലം അന്വേഷിച്ചെത്തി. സഹപ്രവർത്തകരും നാട്ടുകാരുമായ ചില തമിഴ്നാട്ടുകാരെ കണ്ടുപിടിച്ചു.

മുസ്ലിമിതര വിഭാഗങ്ങൾക്ക് അവരുടെ ആചാരപ്രകാരം മരണാനന്തര ക്രിയകൾക്ക് ഇവിടെ സൗകര്യമില്ലാത്തതിനാൽ മൃതദേഹങ്ങൾ നാട്ടിലേക്കയക്കാനാണ് സൗദിയധികൃതർ താല്പര്യമെടുക്കാറ്.

(ഈ പ്രശ്നത്തിന് പരിഹാരമെന്നോണം റിയാദിൽനിന്ന് കിലോമീറ്ററുകൾ അകലെ അൽഖർജ് പട്ടണത്തിൽ സർക്കാർ മേൽനോട്ടത്തിൽ ഒരു ശ്മശാനം അടുത്തിടെ സ്ഥാപിച്ചിട്ടുണ്ട്).

മാണിക്കത്തിന്റെ നാട്ടിലെ അവകാശികളുടെ സമ്മതപത്രം വാങ്ങി മൃതദേഹം അങ്ങോട്ടയക്കുന്നതിന് വേണ്ട നടപടികൾ സ്വീകരിക്കാൻ പൊലീസ് മാണിക്കത്തിൻെറ സുഹൃത്തുക്കളോട് ആവശ്യപ്പെട്ടു. റിയാദിലെ നാട്ടുനടപ്പനുസരിച്ച് ഇവർ നേരെ അഭയം തേടിയത് ശിഹാബ് കൊട്ടുകാടിനെ. തലയിൽനിന്ന് ഭാരം പെട്ടെന്ന് മറ്റൊരു ചുമലിൽ മാറ്റിവെച്ച് അവർ രക്ഷപ്പെട്ടു.

ആശുപത്രിയധികൃതരും പൊലീസും പിന്നീട് ശിഹാബിൻെറ പിന്നാലെയായി. 'തഫറക്ക്' എന്ന തമിഴ് സംഘടനയുടെ ഭാരവാഹി ഇംതിയാസ് അഹ്മദിൻെറ സഹായത്തോടെ മാണിക്കത്തിന്റെ തഞ്ചാവൂരിലെ കുടുംബത്തെ കണ്ടെത്തി. മൃതദേഹം നാട്ടിലേക്കയക്കാനുള്ള നിയമനടപടികൾ പൂർത്തിയാക്കാൻ ഭാര്യയുടെ സമ്മതപത്രം അയച്ചുതരണമെന്നാവശ്യപ്പെട്ടു.

എന്നാൽ ആരെയും ഞെട്ടിപ്പിക്കുന്ന പ്രതികരണമാണ് ഭാര്യയുടെയും മക്കളുടെയും ഭാഗത്തുനിന്നുണ്ടായത്. മരിച്ചുപോയെങ്കിൽ ആ ശരീരം കിട്ടിയിട്ട് എന്തുകാര്യമെന്ന ചോദ്യമാണ് ഫോണിൻെറ മറുതലയ്ക്കലിൽനിന്ന് കേട്ടത്.

മൃതദേഹം തൻെറ തലയിലായെന്ന് ബോദ്ധ്യമായ ശിഹാബ് പിന്നീട് പലവഴിയിലൂടെയും കുടുംബത്തെ സ്വാധീനിക്കാനും സമ്മതപത്രം അയപ്പിക്കാനും ശ്രമമായി.

തഞ്ചാവൂർ ജില്ലാ കലക്ടറുടെ സഹായം തേടി. പൊലീസിനെ വിട്ടു കുടുംബത്തെ വിരട്ടേണ്ടിവന്നു. ഒടുവിൽ അവർ ഒരു ഉപാധി വെച്ചു. പണം തന്നാൽ നോക്കാം. മൃതദേഹം ചെന്നൈയിലാണെത്തുക. അതുവരെപോയി ഏറ്റുവാങ്ങി തഞ്ചാവൂരിൽ കൊണ്ടുവരാനുള്ള ചെലവ് വഹിക്കാൻ തങ്ങൾക്ക് നിവൃത്തിയില്ല. മാണിക്കം മരുഭൂമിയിൽ കിടന്ന് ചോര നീരാക്കി പഠിപ്പിച്ച് നാട്ടിൽ ഇലക്ട്രീഷ്യനാക്കിയ മൂത്ത മകനാണ് ഇതു പറയുന്നത്.

15,000 രൂപ ചെലവ് വരും. അതു നല്കാൻ തയ്യാറായാൽ മൃതദേഹം ഏറ്റുവാങ്ങുന്ന കാര്യം ആലോചിക്കാം. പണം സ്വരൂപിച്ച് കൊടുക്കാമെന്ന് ഇംതിയാസ് അഹ്മദ് ഏറ്റു. സമ്മതപത്രമെത്തി. നടപടിക്രമങ്ങൾ പൂർത്തിയാക്കി.

അങ്ങനെയെത്തിയ മൃതദേഹമാണ് വിമാനത്താവളത്തിൽ ഇപ്പോൾ ഞങ്ങളുടെയൊക്കെ സ്വാസ്ഥ്യം കെടുത്തുന്നത്. മൃതദേഹം ശീതീകരണിയിൽ സൂക്ഷിക്കാനുള്ള അനുമതിക്കായി ബന്ധപ്പെട്ട ഉദ്യോഗസ്ഥനെ

തേടി ഇപ്പോഴും പരക്കം പായുകയാണ് ശിഹാബ്.

രാത്രി പല യാമങ്ങൾ പിന്നിട്ടു. മാണിക്കത്തിന്റെ മരവിച്ച ശരീരത്തിന് ഞങ്ങളുടെ കാവൽ തുടരുകയാണ്. അഞ്ചുമാസം പഴക്കമുള്ളതാണ് ശവം. മനുഷ്യന്റേതായാലും ശവം ശവമാണല്ലോ. അത് മുന്നിൽ വെച്ച് കാവലിരിക്കാൻ എത്രനേരം കഴിയും?

ആളൊഴിഞ്ഞ് തുടങ്ങിയ കാർഗോ ഗോഡൗണിന് മുന്നിൽ ഇപ്പോൾ ഞങ്ങൾ രണ്ടുപേർ മാത്രം. തെല്ലൊരാശ്വാസത്തിനായി ചുറ്റപാടും കണ്ണോടിച്ചു. അപ്പോഴാണ് അത് ശ്രദ്ധയിൽപെട്ടത്. മാണിക്കം കിടക്കുന്ന പെട്ടിയുടെ അതേ വലിപ്പത്തിലും ആകൃതിയിലും പിന്നെയും ധാരാളം പെട്ടികൾ. ഇത്രയും മൃതദേഹങ്ങളോ?

ഓരോ പെട്ടിയുടെയും അടുത്ത് ചെന്ന് പരിശോധിച്ചു. ശവപ്പെട്ടികളല്ലെന്ന് മനസ്സിലായി. ഓരോ പെട്ടിയുടെയും മുകളിലുള്ള ലേബലുകളിൽ നിന്ന് സൗദി അറേബ്യയിലെ ഏറ്റവും വലിയ പുഷ്പ കയറ്റുമതി കമ്പനിയായ റിയാദിന് സമീപം മുസാഹ്മിയയിലുള്ള 'ഇറ്റാ ഫാമി'ന്റെ വക പനിനീർപ്പൂക്കളാണ് അതിനകത്തെന്ന് വായിച്ചെടുത്തു.

വിദേശ രാജ്യങ്ങളിലേക്ക് കയറ്റിയയക്കാനെത്തിയ ഒന്നാം തരം പനിനീർ പൂക്കൾ. പെട്ടികളുടെ മരയഴികൾക്കിടയിലൂടെ പൂക്കൾ പുറത്തേക്ക് തല നീട്ടുകയാണ്. നാളെ ഏതെങ്കിലും സമ്പന്ന ശവകുടീരങ്ങളിൽ ഓർമ്മ പുഷ്പങ്ങളായി ഇവ അർപ്പിക്കപ്പെട്ടേക്കാം.

മണി രണ്ടര.

മുഖം നിറയെ ആശ്വാസത്തിൻെറ നിലാവുമായി ശിഹാബ് ഓടിക്കിതച്ചെത്തി. ഉദ്യോഗസ്ഥനെ കണ്ടു. അനുമതി രേഖ കിട്ടി.

ഫോർക്ക് ലിഫ്റ്റിൻെറ ഇരുമ്പ് കൈകൾ കോരിയെടുത്ത മാണിക്കത്തിന്റെ പെട്ടി ഗോഡൗണിൻെറ ഉള്ളിലേക്ക്, ശീതീകരണിയിലേക്ക്.

പനിനീർ പുഷ്പങ്ങൾ ഊഴം കാത്ത് അപ്പോഴും പുറത്ത്.

സൗദി പൊലീസ് സ്റ്റേഷനിൽ മാർക്കോസ് പാടിയപ്പോൾ...

അതൊരു വേദനാജനകമായ വാർത്തയായിരുന്നു. മലയാളികളുടെ പ്രിയഗായകരിലൊരാളായ കെ ജി മാർക്കോസ് സൗദിപൊലീസിൻെറ പിടിയിലായിരിക്കുന്നു. കേട്ടവർ കേട്ടവർ നിജസ്ഥിതി അന്വേഷിക്കാൻ പത്രമാപ്പീസിലേക്ക് വിളിക്കുന്നുണ്ടായിരുന്നു. ദമ്മാം ബ്യൂറോയിൽ ബന്ധപ്പെട്ടപ്പോൾ സംഭവത്തിന്റെ ഏകദേശ രൂപം പിടികിട്ടി.

കലയോട് പ്രത്യേകിച്ച് മമതയൊന്നുമുണ്ടായിട്ടല്ലെങ്കിലും നാലു പുത്തനുണ്ടാക്കാനും വാരാന്ത്യം ആഘോഷിച്ച് തിമിർക്കാനും പറ്റിയാൽ അല്പം ലഹരി നുണയാനുമുള്ള അവസരമായി കണ്ട് കലാമാമാങ്കങ്ങൾ നടത്തുന്ന മലയാളി സംഘങ്ങളിലാരോ സംഘടിപ്പിച്ച ഒരു ഗാനമേള പരിപാടി സ്ഥലത്തുനിന്നാണ് അദ്ദേഹം സൗദിപൊലീസിൻെറയും മതകാര്യമന്ത്രാലയത്തിന് കീഴിലുള്ള 'സദുപദേശസംഘ'ത്തിൻെറയും പിടിയിൽ അകപ്പെട്ടിരിക്കുന്നത്.

സൗദി അധികൃതരിൽനിന്ന് നിയമപരമായ അനുമതിയൊന്നും വാങ്ങാതെ തികച്ചും നിരുത്തരവാദപരമായി സംഘടിപ്പിക്കപ്പെട്ട ആഘോഷ പരിപാടിയെക്കുറിച്ച് മലയാളികളാരോ ഒറ്റി പൊലീസ് നടപടി ക്ഷണിച്ചുവരുത്തുകയായിരുന്നു.

സൗദിയിലെ ഏറ്റവും പ്രശ്നബാധിത പ്രദേശമാണ് ഷിയാ വിഭാഗം ഇടതിങ്ങിപ്പാർക്കുന്ന ഖത്തീഫ്. അവിടെ സമീപ ദിവസങ്ങളിൽ പോലും വെടിവെപ്പും മറ്റും സംഭവങ്ങളും അരങ്ങേറിയിരുന്നു. അത്തരം ഒരു സ്ഥലത്ത് മുൻകൂട്ടി ടിക്കറ്റും നോട്ടീസും അടിച്ച് പെരുമ്പറ കൊട്ടി വിളംബരം ചെയ്ത് സ്ത്രീകളും കുട്ടികളുമടക്കം ആയിരങ്ങളെ വിളിച്ചുകൂട്ടി പരിപാടി നടത്താൻ തുനിഞ്ഞിറങ്ങിയവർ പേരിന് ഒരു പൊലീസുകാരൻെറ വാക്കാൽ അനുമതി പോലും വാങ്ങിയിരുന്നില്ലത്രേ.

നാലാളു കൂടുന്ന ചടങ്ങ് നടത്തണമെങ്കിൽപ്പോലും സ്വന്തം പൗര ന്മാർ പ്രദേശിക പൊലീസധികൃതരിൽനിന്ന് മുൻകൂർ അനുമതി വാങ്ങി യിരിക്കണം എന്ന കർശന നിബന്ധനയുള്ള ഒരു ജനാധിപത്യ രാജ്യത്തു നിന്ന് വന്നവരുടേതാണ് ഈ തോന്ന്യാസം.

തദ്ദേശനിയമങ്ങളെയും ആചാരവിശ്വാസങ്ങളെയും വെല്ലുവിളിച്ച് സംഘടിപ്പിക്കപ്പെട്ട ഒരു ആൾക്കൂട്ട പരിപാടിയിലേക്കാണ്, ഈ ഗുരുതര നിയമലംഘനങ്ങളെക്കുറിച്ചൊന്നും അറിവില്ലാത്ത ആ നിഷ്കളങ്ക കലാ കാരനെ ക്ഷണിച്ചുവരുത്തി കുരുതികൊടുത്തത്.

പൊലീസ് നടപടിയുണ്ടായപ്പോൾ പരിപാടി നടന്ന ഫാം ഹൗസ് ഓഡിറ്റോറിയത്തിൽനിന്ന് ആദ്യം രക്ഷപ്പെട്ടവർ സംഘാടകരായിരുന്നു. സംഘാടകരുടെ മാന്യസുഹൃത്തുക്കളായ 'പാര'കൾ സദുപദേശ സംഘ ത്തിനും പൊലീസിനും നല്കിയ വിവരം അത്രമാത്രം ഗുരുതര സ്വഭാ വത്തിലുള്ളതായിരുന്നു.

മദ്യവിതരണവും ആഭാസ നൃത്തവും നടക്കുന്നു എന്നായിരുന്നു 'പാര'. സംഘാടകർ സ്ഥലം വിട്ടതിനാൽ പരിപാടിയുടെ ഉത്തരവാദി കളെ കണ്ടെത്താൻ പൊലീസ് സ്ഥലത്തുനിന്ന് കണ്ടെടുത്ത കൂപ്പണിലും നോട്ടീസിലും വേദിയിൽ പ്രദർശിപ്പിച്ച ബാനറിലും കണ്ട 'മുഖ'ത്തെ തെരഞ്ഞു.

പരിപാടി തുടങ്ങാനുള്ള ഒരുക്കത്തിലായതിനാൽ വേദിക്ക് പിറകിലെ മുറിയിൽ തൻെറ സുഹൃത്തും മലയാള സിനിമാനിർമ്മാതാവും പ്രവാ സി വ്യവസായിയുമായ കെ പി വിജയിനോടൊപ്പം സംസാരിച്ചിരിക്കുക യായിരുന്ന മാർക്കോസിനെ പൊലീസ് കണ്ടെത്തി അറസ്റ്റ് ചെയ്തു. സൗദി പൊലീസിന് അറിയില്ലല്ലോ മലയാളികളുടെ ഈ പ്രിയ ശബ് ദത്തെ.

വിവരം കേട്ടറിഞ്ഞപ്പോൾ വല്ലാത്തൊരു നൊമ്പരം എന്റെ ഇടനെ ഞ്ചിൽ പഴുത്തു വീർപ്പുമുട്ടി. തലേദിവസം ഉച്ചയ്ക്കാണ് തമ്മിൽ കണ്ടു പിരിഞ്ഞത്. റിയാദ് ഇന്ത്യൻ മീഡിയ ഫോറത്തിന്റെ പ്രസ് റൂമിൽ വിനയം സ്ഫുരിക്കുന്ന മുഖവുമായാണ് ആ കൃശഗാത്രനായ മനുഷ്യൻ നിന്നത്.

മലയാള സിനിമയിൽ ഒട്ടേറെ ഹിറ്റ് പാട്ടുകൾ സമ്മാനിച്ചിട്ടും പിടിച്ചു നില്ക്കാൻ ത്രാണി തന്നത് 10,000ത്തോളം ക്രിസ്തീയ ഭക്തിഗാനങ്ങളും 5,000ത്തോളം മാപ്പിളപ്പാട്ടുകളുമാണെന്ന് അദ്ദേഹം ആ വാർത്താസമ്മേ ളനത്തിൽ പറഞ്ഞിരുന്നു. തൊട്ടടുത്ത ദിവസം ചെന്നെത്തുന്ന ദുരന്തമു ഖത്ത്, സിനിമയ്ക്ക് പുറത്തുപാടിയ ഈ പാട്ടുകളിലൊന്ന് രക്ഷയാകു മെന്ന് അപ്പോൾ അദ്ദേഹം കരുതിയിട്ടുണ്ടാവില്ല.

സംഭവിച്ചത് അതാണ്. മാർക്കോസിനെ പൊലീസ് കസ്റ്റഡിയിലെ ടുത്തപ്പോൾ ഒപ്പമുണ്ടായിരുന്ന വിജയിയേയും കൂട്ടുപ്രതിയാക്കിയിരുന്നു. വർഷങ്ങളായി സൗദിയിലുള്ള അദ്ദേഹത്തിൻെറ അറബി ഭാഷാപരി ജ്ഞാനം സംഭവഗതിയെ വഴിതിരിച്ചു. ദേശവിരുദ്ധ പ്രവർത്തനങ്ങളുടെ പേരിൽ പൊലീസ് സ്റ്റേഷനിലെത്തിച്ച് ഇരുവരെയും ചോദ്യം ചെയ്യു

മ്പോൾ ഒപ്പമുള്ളയാൾ യഥാർത്ഥത്തിൽ ആരാണെന്ന് വിജയ് പൊലീസിനോട് വെളിപ്പെടുത്തി.

പ്രശസ്ത ഗായകനാണെന്ന് അറിഞ്ഞപ്പോൾ സ്റ്റേഷനിലെ പൊലീസ് മേധാവിയുടെ കണ്ണുകൾ വിടർന്നു. പൊലീസുകാരന്റെ കർക്കശസ്വഭാവം അയഞ്ഞു. ഇദ്ദേഹം തങ്ങളുടെ മുഹമ്മദ് അബ്ദുവിനെ പോലെ പ്രശസ്തനാണോ എന്ന് പൊലീസ് ക്യാപ്റ്റൻ വിജയിനോട് ചോദിച്ചു.

സൗദിയിലെ പ്രശസ്ത പാട്ടുകാരനായ മുഹമ്മദ് അബ്ദുവിൻെറ മധുര സംഗീതത്തിന്റെ അലകൾ അപ്പോൾ അദ്ദേഹത്തിൻെറ ഓർമ്മയിൽ ഓളം വെട്ടിയിട്ടുണ്ടാകണം. കേരളത്തിൽ പ്രശസ്തനാണെന്നും പാട്ടുകൾ യൂട്യൂബിൽ ഇഷ്ടംപോലെയുണ്ടാകും എന്നും അറിഞ്ഞപ്പോൾ സ്റ്റേഷനിലെ കമ്പ്യൂട്ടറിന് മുന്നിലേക്കോടുകയായിരുന്നു ആ പൊലീസുദ്യോഗസ്ഥൻ. യൂട്യൂബിൽ മാർക്കോസിൻെറ നൂറുകണക്കിന് പാട്ടുകൾ. ഈരടികളുടെ ശ്രുതി മധുരത്തേക്കാൾ അതിൻെറ ആശയത്തിന് പ്രാധാന്യം കൊടുക്കുന്ന അറബി പാരമ്പര്യം കൊണ്ടാവണം, മനസ്സിലാകാത്ത മലയാളത്തിലല്ലാതെ അറബിയിലുള്ള പാട്ടുകളുണ്ടോ എന്ന് അദ്ദേഹം മാർക്കോസിനോട് ചോദിച്ചത്.

അറസ്റ്റും ബഹളവുമൊക്കെയായി വലിഞ്ഞുമുറുകിയിരുന്ന ഗായകൻെറ മനസ്സും പൊലീസ് മേധാവിയുടെ ഭാവമാറ്റം കണ്ട് അപ്പോഴേക്കും അയഞ്ഞുതുടങ്ങിയിരുന്നു. അറബിപ്പാട്ടുണ്ടെന്ന് പറഞ്ഞ് അദ്ദേഹം യേശുദാസിൻെറ പ്രസിദ്ധമായ 'മൗത്തും ഹായത്തിനുടമസ്ഥനേ' എന്ന മുസ്ലിം ഭക്തിഗാനത്തിന്റെ തുടക്കത്തിലുള്ള 'ലാ ഇലാഹ ഇല്ലാ അൻത, സുബ്ഹാനക ഇന്നീ കുൻതു മിന ളാലിമീൻ' എന്ന ഖുർആൻ സൂക്തം സ്വരമാധുരിയോടെ പാടിക്കൊടുത്തു.

സ്റ്റേഷൻ മേധാവി ആ സ്വരരാഗപ്രവാഹത്തിൽ സ്വയം മറന്നിരുന്നുപോയി. പിന്നീട് സ്റ്റേഷനിലെ മുഴുവൻ പൊലീസുകാരേയും വിളിച്ചിരുത്തി അവരുടെ മുന്നിലും മാർക്കോസിനെ കൊണ്ടുപാടിച്ചു. ആ പൊലീസ് സ്റ്റേഷൻ അതിൻെറ സഹജമായ കാർക്കശ്യം കൈയൊഴിഞ്ഞ് തരളിതഭാവം കൈക്കൊണ്ടു.

ഇന്ത്യൻ എംബസിയുടേയും സാമൂഹികപ്രവർത്തകരുടേയും സമയോചിത ഇടപെടലിലൂടെ നിയമലംഘനത്തിന്റെയും ദേശവിരുദ്ധതയുടെയും ഗൗരവ കുറ്റങ്ങളിൽനിന്ന് മുക്തനായി അദ്ദേഹം പുറത്തിറങ്ങുമ്പോൾ പൊലീസുകാർ ആദരവോടെ നോക്കിനിന്നു. ദേശാതിർവരമ്പുകൾ മായ്ച്ചുകളയുന്ന കലാകാരനോടുള്ള സ്നേഹവായ്പോടെ.

പ്രവാസപ്പെട്ടിയുടെ അക്കപ്പൂട്ടുകൾ

നമ്പർ ലോക്കുള്ള ബ്രീഫ്കെയ്സുകൾ ഒരുകാലത്ത് ഗൾഫുകാരൻെറ പത്രാസായിരുന്നു. മരുഭൂമിയിലെ സ്വർഗ്ഗങ്ങളിൽനിന്ന് വലിയ സൗഭാഗ്യങ്ങളെ കടൽ കടത്തിയ പെട്ടകങ്ങൾ. ശ്രേഷ്ഠഭാഷയിൽ മലയാളീകരിച്ചാൽ 'അക്കപ്പൂട്ടുള്ള പെട്ടികൾ'.

ഇഷ്ടമുള്ള രഹസ്യ അക്കങ്ങളിട്ടാണ് പൂട്ട് ഉറപ്പിക്കുന്നത്. പെട്ടിക്കൊപ്പം മനസ്സിലിട്ടടയ്ക്കുന്ന രഹസ്യ നമ്പർ മറന്നാലോ ചക്രത്തിന് കേടുപറ്റി തിരിയാതിരുന്നാലോ പെട്ടതുതന്നെ. പെട്ടി തുറക്കില്ല.

അക്കപ്പൂട്ടുകൾ ബാല്യത്തിൽ വല്ലാതെ വിസ്മയിപ്പിച്ചിട്ടുണ്ട്. കാലം ജീവിത പ്രാരാബ്ധങ്ങൾ തലയിലേക്ക് വലിച്ചിട്ടപ്പോൾ ആ പെട്ടി ഞാനും ചുമക്കാൻ തുടങ്ങി.

എന്നാൽ പ്രവാസംതന്നെ ഒരു വലിയ പെട്ടിയാണെന്നും അതിനും അക്കപ്പൂട്ടുണ്ടെന്നും അക്കങ്ങൾ മറന്നാൽ പെട്ടുപോകുമെന്നും 'ദുരിതങ്ങളുടെ കണക്കെടുപ്പു പണി', അഥവ പ്രവാസി പത്രപ്രവർത്തനം തുടങ്ങിയശേഷമാണ് തിരിച്ചറിയുന്നത്.

സൗദി അറേബ്യയിലെ സ്വദേശിവല്ക്കരണ നടപടികളുടെ നട്ടുച്ചയിലായിരുന്നു അത്. വിദേശികളുടെ ഉള്ളം പൊള്ളിയ 'നിതാഖാത്' കാലം.

കത്തിപ്പടരുന്ന ആശങ്കകൾ. ആശ്വാസമായി തൊഴിൽ പദവി ശരിയാക്കാനും അത് പറ്റാത്തവർക്ക് നാടുവിടാനും ഇളവുകൾ അനുവദിച്ചുകൊണ്ടുള്ള രാജവിളംബരം.

വർഷങ്ങളായി അനധികൃതരായി കഴിഞ്ഞ അനേകായിരങ്ങൾ നാടുകടത്തൽ കേന്ദ്രങ്ങളിൽ ഇരമ്പിയാർക്കുന്നു.

അനുവദിച്ച ഇളവുകൾകൊണ്ടും കുരുക്കിൽനിന്ന് രക്ഷപ്പെടാനാവില്ലെന്ന തിരിച്ചറിവിൽ തളർന്ന് വഴിയാധാരമാകുന്നവർ. കടത്തിണ്ണകൾ,

പാലങ്ങളുടെ ചുവടുകൾ, പാർക്കുകൾ തുടങ്ങി കാണുന്നിടങ്ങളിൽ അന്തിയുറങ്ങാൻ വിരിവെച്ച് അഭയാർത്ഥികളായിത്തീരുന്ന പലതരം മനുഷ്യർ.

മുഷിഞ്ഞ അവരുടെ ശരീരത്തിന്റെയും വസ്ത്രങ്ങളുടേയും നാറ്റമാണ് യഥാർത്ഥ പ്രവാസത്തിനെന്ന് തിരിച്ചറിഞ്ഞതും ഈ നാളുകളിലാണ്.

(ഈ മുഷിഞ്ഞ വേഷങ്ങൾക്ക് പ്രവാസി ഭാരതീയ സംഗമങ്ങളിൽ പ്രവേശനമില്ലാത്തതിനാൽ പ്രവാസത്തിന്റെ യഥാർത്ഥ ഗന്ധം ലോകത്തിന് ആസ്വദിക്കാനാവുന്നില്ലെന്ന് മാത്രം).

അക്കൂട്ടത്തിലാണ് അയാളേയും കണ്ടത്. ബത്ഹയിലെ ഫൂത്ത പാർക്കിൽ തമ്പടിച്ച അഭയാർത്ഥികളിൽ ഒരു കണ്ണീർത്തുള്ളി പോലെ അയാൾ. അൻപത്തെട്ടുകാരനായ കശ്മീരി മുഹമ്മദ് റസാഖ്.

പ്രാർത്ഥനയുടെ ആകാശത്തേക്കുയർത്തിയ കരങ്ങൾപോലെ നീണ്ടുമെലിഞ്ഞൊരാൾ. ദുരിത ദേഹത്തിലൂടെ കരഞ്ഞും വിയർത്തും ഓലിച്ചിറങ്ങിയ നീർച്ചാലുകൾ മുഷിഞ്ഞ കൂർത്തയെ നനച്ചു. കാശ്മീരിലെ ആപ്പിൾ മരങ്ങൾക്കിടയിൽനിന്ന് മരുഭൂമിയിലേക്ക് ജീവിതം തെരഞ്ഞുവന്നവൻ.

പാർക്കിലെ ചെറുമരച്ചില്ലകൾ തണൽവിരിക്കുന്ന പച്ചപ്പുൽ മെത്തയിൽ തളർന്നുകിടന്ന അയാളുടെ അർത്ഥനപോലുള്ള കണ്ണുകൾ ചോദിച്ചത് വീട്ടിലേക്കുള്ള വഴിതെളിയുമോ എന്ന്...!

ആപ്പിൾ മരങ്ങളാണ് അയാളുടെ ഓർമ്മകളിൽ നിറയെ. പതിനൊന്നു വർഷം മുമ്പ് ആട്ടിടയ വിസയിൽ സൗദിയിലേക്ക് പറക്കുംവരെ ജമ്മുകാശ്മീരിലെ റജോരി ജില്ലയിൽ ജന്മനാടായ ഗുലുത്തിയിലെ ആപ്പിൾ തോട്ടങ്ങളിലായിരുന്നു ഉപജീവനം.

ആപ്പിൾ മരങ്ങൾക്കിടയിലെ അയാളുടെ വീട്. അതിൽ തന്നെ കാത്തിരിക്കുന്ന ഭാര്യ ഫർസാൻ ബീഗവും മക്കളായ മുഹമ്മദ് സുൽത്താനും മുഹമ്മദ് ഇംറാനും.

പോകണം... പോകാൻ എന്തെങ്കിലും വഴിയുണ്ടോ എന്നാരായുന്ന ആ കണ്ണുകൾ നിറഞ്ഞുതുളുമ്പുന്നു.

ഫൂത്തപാർക്കിൽ നിന്ന് രണ്ട് കിലോമീറ്റർ അകലെയുള്ള നാടുകടത്തൽ (തർഹീൽ) കേന്ദ്രത്തിലേക്ക് എന്നും വേച്ചുവേച്ചു അയാൾ നടന്നുപോയി. അയാൾ മാത്രമല്ല, ജീവിതത്തിൻെറ രഹസ്യ അക്കങ്ങൾ കൈമോശംവന്ന വേറെയും ആളുകൾ.

എല്ലാവരും ആ പാർക്കിലെ പച്ചപ്പുൽമെത്തയിൽ അന്തിയുറങ്ങുകയും പ്രഭാതങ്ങളിൽ തർഹീലിലേക്ക് നടക്കുകയും നിരാശയിൽ ഇരുണ്ട് തിരിച്ചെത്തുകയും ചെയ്തു.

2013 നവംബർ മൂന്നിന് അവസാനിച്ച ഇളവുകാലത്തിനുശേഷം ബാക്കിയായവരിൽ ഈ രീതിയിൽ തിരിച്ചുപോക്ക് തടസ്സപ്പെട്ടത് നിരവധി പേർക്കായിരുന്നു.

പത്തും ഇരുപതും വർഷം രാജ്യത്ത് അനധികൃത ജീവിതം നയിച്ച വിദേശികളോട് ലോകത്തിന്റെ ഏറ്റവും വലിയ തൊഴിൽദാതാവ് രാജ്യങ്ങളിലൊന്നായ സൗദി അറേബ്യയിലെ ഭരണകൂടവും ജനതയും കാട്ടിയത് ഏറ്റവും വലിയ ക്ഷമയാണ്. രാജ്യനിയമം ലംഘിച്ചവർക്ക് ഉപാധികളില്ലാത്ത മാപ്പ്.

എന്നാൽ ആ പൊതുമാപ്പും പ്രയോജനപ്പെടുത്താൻ കഴിയാതെ സങ്കീർണ്ണമായ നിയമക്കുരുക്കിൽപ്പെട്ടവരായിരുന്നു ഈ പറഞ്ഞ അഭയാർത്ഥികൾ.

തിരിച്ചുപോക്കിനുള്ള വഴിതെളിയണമെങ്കിൽ തുറന്നുകിട്ടേണ്ട വാതിലിൽ അവരെ പേടിപ്പിച്ചത് ഒരു അക്കപ്പൂട്ടായിരുന്നു. അതിൻെറ രഹസ്യ കോഡ് അവരുടെ ദുരിതജീവിതത്തിൽ എവിടെയോ കളഞ്ഞുപോയി.

നാടുകടത്തൽ കേന്ദ്രത്തിലെ ഉദ്യോഗസ്ഥൻ പുരികം വളയ്ക്കുന്നത് ആ കോഡ് ചോദിച്ചാണ്:

“ഫേൻ റക്കം ദുഖൂൽ?” (എവിടെ എൻട്രി നമ്പർ?)

മുഹമ്മദ് റസാഖ് വിറയ്ക്കുന്നു. അങ്ങനെയൊന്ന് ആദ്യമായി കേൾക്കുകയാണ്.

കാര്യമറിയാതെ അമ്പരന്ന് നില്ക്കുമ്പോൾ ഉദ്യോഗസ്ഥൻ വിശദീകരിക്കുന്നു:

“നിൻെറ പാസ്പോർട്ടിൽ അതുണ്ട്. എൻട്രി നമ്പർ. എവിടെ പാസ്പോർട്ട്?’’

പാസ്പോർട്ടിന് പകരം ജിദ്ദയിലെ ഇന്ത്യൻ കോൺസുലേറ്റിൽ നിന്ന് ബുദ്ധിമുട്ടി തരപ്പെടുത്തിയ ഔട്ട്പാസ് (എമർജൻസി സർട്ടിഫിക്കറ്റ്) മാത്രമേ അയാളുടെ കൈയിലുള്ളൂ.

അതെടുത്തുകാണിക്കുമ്പോൾ ഉദ്യോഗസ്ഥന്റെ പുരികം ഒടിയുന്നു:

ലാ്ാാ, ജീബ് ജവാസ് അസലി? (ഇതല്ല, ഒറിജിനൽ പാസ്പോർട്ട്). അല്ലെങ്കിൽ ഇഖാമ.

ഇതിലേതെങ്കിലും ഒന്ന് തരൂ എന്ന് അയയുന്നു ഉദ്യോഗസ്ഥൻ.

ആ ചോദിച്ച രണ്ടും അയാളുടെ കൈയിലുണ്ടായിരുന്നില്ല. പാസ്പോർട്ട് സ്പോൺസറുടെ കൈയിലാണ്. അയാൾ തന്നില്ല. ഓടിപ്പോന്നതാണല്ലോ. ഇഖാമയുണ്ടായിരുന്നു. കാലാവധി കഴിഞ്ഞപ്പോൾ അതും എവിടെയോ നഷ്ടപ്പെട്ടു.

എന്നാൽ ഇതൊന്നും ആ ഉദ്യോഗസ്ഥനോട് അയാൾക്ക് പറയാനായില്ല. ഉദ്യോഗസ്ഥന്റെ കൂർത്ത നോട്ടം നേരിടാനാകാതെ തിരിഞ്ഞു നടന്നു. പിന്നെ മിക്ക ദിവസങ്ങളിലും ഇതേ രംഗം ആവർത്തിക്കപ്പെട്ടു.

അയാൾക്ക് അത്രയേ കഴിയുമായിരുന്നുള്ളൂ. നാട്ടിൽ പോകാനുള്ള അനുമതി അവിടെനിന്ന് മാത്രമേ കിട്ടുകയുള്ളൂവെന്ന് അയാൾക്കറിയാം. അവിടെയല്ലാതെ വേറെ എവിടെ പോകാൻ? എല്ലാ ദിവസവും തുടങ്ങുന്നത് തർഹീലിലേക്കുള്ള വഴിയിലാണ്. ഒടുങ്ങുന്നത് ഹതാശമായ ഇരുട്ടിലും.

നാട്ടുകാരനായ ഏജന്റാണ് അയാൾക്ക് ആട്ടിടയ വിസ കൊടുത്തത്. സ്പോൺസറുടെ ആട്ടിൻപറ്റങ്ങളോടൊപ്പം മരുഭൂമിയിൽ അലഞ്ഞു തുടങ്ങിയ പ്രവാസ ജീവിതം.

ഒൻപത് മാസത്തിനുശേഷം അവിടെനിന്ന് ഓടി രക്ഷപ്പെട്ടു. പിന്നീടൊരു അഞ്ചുവർഷം റിയാദിൽ തന്നെ കെട്ടിട നിർമ്മാണ ജോലികൾ ചെയ്തു.

അതിനുശേഷം ജിദ്ദയിൽ പോയി അഞ്ചുവർഷം അവിടെയായിരുന്നു. ഇളവുകാലം വരുന്നെന്ന് കേട്ടാണ് ജിദ്ദ കോൺസുലേറ്റിൽനിന്ന് ഔട്ട് പാസും വാങ്ങി റിയാദിലെത്തിയത്.

സൗദി തലസ്ഥാന നഗരത്തിൽ വിദേശികൾ കൂടുതലായി സംഗമിക്കാറുള്ള പ്രധാന വാണിജ്യകേന്ദ്രമായ ബത്ഹയിലാണ് എത്തിച്ചേർന്നത്.

അവിടെ ഗസ്സാൻ തെരുവിനോട് ചേർന്നുള്ള മുനിസിപ്പാലിറ്റി വക ഫൂത്ത പാർക്കിൽ നൂറുകണക്കിന് നിയമലംഘകരിലൊരാളായി അഭയം പ്രാപിച്ചു.

ഏഴുമാസമാണ് അവിടെ കഴിഞ്ഞത്. അന്ന് മുതൽ മിക്ക ദിവസങ്ങളിലും തർഹീലിൽ പോകും.

തർഹീലിലേക്ക് നടന്നാണ് പോക്ക്. തിരിച്ചും നടക്കും. ഫൂത്ത പാർക്കിൽ തന്നോടൊപ്പവും തനിക്കുശേഷവുംവന്ന നൂറുകണക്കിനാളുകൾ യാത്രാരേഖകൾ ശരിയാക്കി നാടുപിടിച്ചു.

ജിദ്ദയിലെ ഇന്ത്യൻ കോൺസുലേറ്റിൽനിന്ന് കിട്ടിയ ഔട്ട്പാസ് രണ്ട് തവണ റിയാദിലെ ഇന്ത്യൻ എംബസിയിൽ പുതുക്കി. അതുമായി ഓരോ തവണയും തർഹീലിൽ പോയി വെറും കൈയോടെ മടങ്ങി.

അസ്സൽ പാസ്പോർട്ടും സൗദിയിലേക്ക് പ്രവേശിച്ചതിന്റെ തെളിവായ, എമിഗ്രേഷനിൽനിന്ന് പാസ്പോർട്ടിൽ രേഖപ്പെടുത്തുന്ന എൻട്രി നമ്പറുമാണ് (റഖം ദുഖൂൽ) ഉദ്യോഗസ്ഥർ ചോദിക്കുന്നത്. പാസ്പോർട്ട് നമ്പർ പോലും ഓർമ്മയിലില്ല. പിന്നെയല്ലേ, റഖം ദുഖൂൽ!!!

മുഹമ്മദ് റസാഖ് ഒളിച്ചോടിയതിന് പിന്നാലെ സ്പോൺസർ സൗദി പാസ്പോർട്ട് (ജവാസാത്ത്) വിഭാഗത്തിൽ തന്റെ ജോലിക്കാരനെ കാണാനില്ലെന്ന് പരാതി നല്കി. ആ പരാതിയിന്മേൽ പാസ്പോർട്ട് വിഭാഗം അയാളെ ഒളിച്ചോടിയവരുടെ പട്ടികയിൽപെടുത്തി 'ഹുറൂബാ'ക്കി.

ഇതിനോടൊപ്പം അവിടെയേല്പിച്ച പാസ്പോർട്ട് സാധാരണഗതിയിൽ പിന്നീട് ഇന്ത്യൻ എംബസിയിൽ എത്തേണ്ടതാണ്. അങ്ങനെയൊരു പ്രതീക്ഷ മുഹമ്മദ് റസാഖിനുണ്ടായിരുന്നു. ആ പ്രതീക്ഷയും വെറുതെയായി.

പാസ്പോർട്ട് കിട്ടാത്തതുകൊണ്ടുതന്നെ അതിൽ രേഖപ്പെടുത്തിയിട്ടുള്ള 'റഖം ദുഖൂലും' കണ്ടെത്താൻ കഴിഞ്ഞില്ല. സ്പോൺസറോടൊപ്പം ഒൻപത് മാസം ജോലി ചെയ്തെങ്കിലും വിദേശികൾക്ക് നിർബ്ബന്ധമായ തിരിച്ചറിയൽ കാർഡായ 'ഇഖാമ' എടുത്തിരുന്നില്ല.

സൗദിയിൽ എത്തിയതിനുള്ള ഏക തെളിവ് പാസ്പോർട്ട് മാത്രമായിരുന്നു. അതാകട്ടെ കാണാമറയത്തുള്ള സ്പോൺസറുടെ കൈയിലും.

ഇളവുകാലമായ ഏഴുമാസവും കടന്നുപോയി. വേനൽ പോയി മഞ്ഞുകാലത്തിന്റെ വരവായി. ഋതുമാറ്റത്തിൻെറ ലക്ഷണങ്ങൾ മഴയായി പെയ്തിറങ്ങി.

അന്തിക്ക് തലചായ്ക്കൽ സമീപത്തെ കടത്തിണ്ണയിലെ, കെട്ടിടം കാവല്ക്കാരന്റെ കാലുപിടിച്ചുണ്ടാക്കിയെടുത്ത അല്പസ്ഥലത്തേക്ക് മാറ്റി. റിയാദിലെ ഇന്ത്യൻ സമൂഹത്തിലെ മനുഷ്യസ്നേഹികളുടെ കാരുണ്യം കമ്പിളിപ്പുതപ്പായെത്തിയത് മാത്രം ആശ്വാസമായി.

എങ്കിലും തിണ്ണയിലേക്ക് അടിച്ചുകയറുന്ന മഴച്ചാറ്റലിൽ കമ്പിളിയും തോറ്റുപോയി. ശരീരം ആലിലപോലെ വിറച്ചു. പ്രായാധിക്യത്തിന്റെ ശാരീരികാസ്വാസ്ഥ്യങ്ങൾ പെരുകി.

വാർത്താ സ്റ്റോറികളുടെ ചാകരയായിരുന്ന 'നിതാഖാത് കാലത്ത്' ആ പാർക്കിലെത്തുമ്പോൾ ഞാൻ കണ്ടത് ദുരിതത്തിൻെറ ഉടൽരൂപമായി മുന്നിൽനിന്ന് വിറയ്ക്കുന്ന മുഹമ്മദ് റസാഖിനെയായിരുന്നു.

'നിയമം നിയമത്തിൻെറ വഴിയെ' എന്ന് നിസ്സംഗത കൊണ്ട് തടുക്കാൻ ഹൃദയമുള്ളവർക്ക് കഴിയാത്ത കാഴ്ച. ആപ്പിൾ മരങ്ങളുടെ നാട്ടിലേക്ക് മടങ്ങാൻ കൊതിക്കുന്ന മുഹമ്മദ് റസാഖിനെക്കുറിച്ച് പത്രത്തിൽ വാർത്തയെഴുതി.

അത് വായിച്ച ബത്ഹയിലെ കരുണയുള്ള കുറെ മലയാളി ചെറുപ്പക്കാർ മുന്നോട്ടുവന്നു. അയാളുടെ സംരക്ഷണം ഏറ്റെടുക്കാനും നാട്ടിലേക്ക് അയക്കാൻ സാദ്ധ്യമായ മാർഗ്ഗം അന്വേഷിക്കാനും അവർ തയ്യാറായി. അവർ അയാളെ തർഹീലിലെ മേധാവിയുടെ മുന്നിലെത്തിച്ചു.

അയാളുടെ കദനകഥ അദ്ദേഹം കേട്ടു. ആ മനസ്സ് ഒരിട ഒന്ന് നനഞ്ഞിരിക്കണം.

സഹാനുഭൂതിയോടെ അദ്ദേഹം അയാളെ നോക്കി. നിയമത്തിൻെറ കാർക്കശ്യം ആ മുഖത്തുനിന്ന് മാഞ്ഞുപോയി. സാദ്ധ്യമായ സഹായം നല്കാമെന്ന് നല്ലവനായ സൗദി ഉദ്യോഗസ്ഥൻ ആ ചെറുപ്പക്കാർക്ക് വാക്കുനല്കി. അപ്പോഴും ആ പ്രശ്നം ബാക്കിനിന്നു. ആ കോഡ്, റഖം ദുഖൂൽ. പ്രവാസപ്പെട്ടിയുടെ അക്കപ്പൂട്ട്!

കഴിഞ്ഞ പതിനൊന്ന് വർഷത്തെ രേഖയിലില്ലാത്ത ജീവിതം ആ താഴിനുള്ളിലാണ്. അത് തുറന്നെടുക്കണം. രേഖകളിലേക്ക് പകരണം. അതിന് പ്രവാസത്തിലേക്ക് പ്രവേശിച്ച ആ നമ്പർ കൂടിയേ തീരൂ. അതില്ലാതെ നടപടിക്രമങ്ങൾ മുന്നോട്ടുനീങ്ങില്ല.

ആ വകുപ്പ് മേധാവി സഹപ്രവർത്തകരുമായി കൂടിയാലോചിച്ചു. ഉപദേശം തേടി ഉന്നതങ്ങളിലേക്ക് വിളിച്ചു. അതിനിടയിൽ എപ്പോഴോ ആ മുഖത്ത് പ്രകാശം വീഴുന്നത് ചെറുപ്പക്കാർ പ്രത്യാശയോടെ കണ്ടു. അദ്ദേഹം സന്തോഷത്തോടെ അയാളുടേയും ആ ചെറുപ്പക്കാരുടെയും മുഖത്തേക്ക് നോക്കി. രേഖയിലില്ലാത്ത ജീവിതത്തെ ഒരു ഓടക്കണ

ക്കിൽ രേഖപ്പെടുത്താൻ തീരുമാനമായി. നടപടിക്രമങ്ങളിൽ അസാധാരണമായ ഗതിമാറ്റം!

വിരലടയാളമെടുക്കുന്ന മെഷീനിൽ മുഹമ്മദ് റസാഖിൻെറ മെല്ലിച്ച വിരലുകൾ പതിഞ്ഞു. കാമറയിൽ കണ്ണുകളും മുഖവും പതിപ്പിച്ചു. അങ്ങനെ നീണ്ട പതിനൊന്ന് വർഷത്തെ ജീവിതം ഏതാനും നിമിഷങ്ങൾ കൊണ്ട് തർഹീലിൻേറയും ജവാസാത്തിൻേറയും (പാസ്പ്പോർട്ട് വിഭാഗത്തിൻേറയും) കമ്പ്യൂട്ടർ നെറ്റുവർക്കിലേക്ക് രേഖകളായി പ്രവഹിച്ചു.

മനസ്സിൽനിന്നെടുത്ത കരുണയുടെ താക്കോൽ കൊണ്ടാണ് ആ ഉദ്യോഗസ്ഥൻ ആ അക്കപ്പൂട്ട് തുറന്ന് അയാളെ മോചിപ്പിച്ചത്.

പിന്നെയെല്ലാം വേഗത്തിലായിരുന്നു. എക്സിറ്റ് വിസ ഔട്ട്പാസിൽ പതിച്ചെത്തി.

സീസണൽ തിരക്കും വിമാന സർവ്വീസിന്റെ കുറവും കാരണം ശ്രീനഗറിലേക്ക് വിമാനടിക്കറ്റ് കിട്ടാനില്ലെന്നായപ്പോൾ ദൽഹിയിലേക്ക് മതി, എങ്ങനേയും തൻെറ നാട്ടിലേക്ക് പോയിക്കോളാമെന്ന് ദുരിതച്ഛായ ഒഴിഞ്ഞ ആ വൃദ്ധമുഖത്തെ വെളിച്ചം പറഞ്ഞു.

സൗജന്യ വിമാനടിക്കറ്റുമായി മനുഷ്യസ്നേഹികളെത്തി. വിരഹം കവർന്ന ആയുസ്സിലെ പതിനൊന്ന് വർഷങ്ങളുടെ പടം പൊഴിച്ച് ആഗ്രഹങ്ങളുടെയും പ്രതീക്ഷകളുടെയും പുതിയ കോശങ്ങൾ തുടുത്ത മനസ്സുമായി അയാൾ സ്വന്തം നാട്ടിലേക്കും വീട്ടിലേക്കും പറന്നുപോയി.

തർഹീലിലെ ഉദ്യോഗസ്ഥന് ആ വയസ്സനോട് തോന്നിയ മനസ്സലിവ് പിന്നീട് അതുപോലെ നൂറുകണക്കിനാളുകൾക്ക് പ്രയോജനപ്പെട്ടു. അക്കപ്പൂട്ടുകളുടെ കുരുക്കഴിച്ച് പിന്നെയും ആളുകൾ നാടുകളിലേക്ക് മടങ്ങിക്കൊണ്ടിരുന്നു.

ഫൂത്ത പാർക്കിലെ പുൽമൈതാനിയിൽ പിന്നീട് ഒരിക്കൽ പുതിയൊരാളെ കണ്ടു. ഏതാനും മാസം മുമ്പ് മാത്രം തൊഴിൽ വിസയിൽ വന്ന ഒരു ചെറുപ്പക്കാരൻ. ഇഖാമ നല്കാമെന്ന് പറഞ്ഞ് പണവും പാസ്പോർട്ടും വാങ്ങിപ്പോയ സ്പോൺസറെ കാണാനില്ല. എന്തുചെയ്യണമെന്നറിയില്ലെന്ന് പകച്ചുനോക്കുന്നു അയാൾ!

ഹവ്വാമ്മയെന്ന ദുരൂഹ പെണ്ണുടൽ

മരണത്തെ അപ്പോൾ മുന്നിൽ കാണുന്നതുപോലെ അയാളുടെ മുഖത്ത് പരിഭ്രമമുണ്ടായിരുന്നു.

ദിവസങ്ങൾ കഴിഞ്ഞിട്ടും ആ കാഴ്ച അയാളെ വിട്ടുപോയിട്ടില്ലെന്ന് കണ്ണുകൾ പറയുന്നുണ്ടായിരുന്നു. വീട്ടിലെ വേലക്കാരിയായ യുവതി ആത്മഹത്യ ചെയ്തതിനെക്കുറിച്ചാണ് ആ സൗദി പൗരൻ പറഞ്ഞു കൊണ്ടിരുന്നത്.

"സെയിം സെയിം ലിപ്ടൺ ടീ"

ഒരു ഉദാഹരണവുമായി അറബിച്ചുവയുള്ള ഇംഗ്ലീഷിൽ അയാൾ തപ്പിത്തടഞ്ഞു.

ടീബാഗ് പോലെ തൂങ്ങിക്കിടക്കുകയായിരുന്നുപോലും!

സത്യത്തിൽ മൊയ്തീൻകുട്ടിക്ക് ആദ്യം കാര്യം പിടികിട്ടിയില്ല. കൈയാംഗ്യം കൂടിയുള്ളതുകൊണ്ട് ചിത്രം പതിയെ തെളിഞ്ഞുകിട്ടി.

അല്ലെങ്കിലും ആത്മഹത്യയെ അറബികൾക്ക് ഭയമാണ്. അത് മൊയ്തീൻകുട്ടിക്കറിയാം. മതവിശ്വാസപരമായി കൊടിയപാപമാണ് ആത്മഹത്യ. വിശ്വാസാദർശത്തിൽ മുറുകെ പിടിക്കുന്നതിനാൽ അറബികൾക്കിടയിൽ സ്വയംഹത്യകൾ അപൂർവ്വമാണ്. അതിൽതന്നെ തൂങ്ങിമരണം തീർത്തും അപരിചിതം.

നൂലിൽ തൂങ്ങിക്കിടന്ന് കണ്ടിട്ടുള്ളത് ടീ ബാഗുകളെയാണ്. അറബ് ജീവിതത്തിന്റെ മധുരവും ലഹരിയുമായ 'സുലൈമാനി'യെന്ന കട്ടൻ ചായയ്ക്ക് നിറവും കടുപ്പവും പകരാൻ ചില്ലുകപ്പിലെ ചൂടുവെള്ളത്തിലേക്ക് നൂലിൽ ഞാന്നുകിടക്കുന്ന 'ലിപ്ടൺ കമ്പനിയുടെ' ടീ ബാഗിനോളം ഉദാഹരിക്കാൻ മറ്റൊന്നില്ലതാനും.

മുറിയിലെ ഫാൻ കൊളുത്തിലെ തുണിക്കുരുക്കിൽ തൂങ്ങിനിന്ന

തമിഴ്നാട്ടുകാരിയുടെ മരണം വാക്കുകളും ആംഗ്യങ്ങളും കൊണ്ട് ചിത്രീകരിച്ചുകഴിയുമ്പോഴേക്കും അറബി പരവശനായി. തലയിൽനിന്ന് 'ഇഖാൽ' (കറുത്ത ചരട്) അഴിച്ച് 'ഷിമാഗ്' (ശിരോവസ്ത്രം) എടുത്തു കുടഞ്ഞ ശേഷം പുനഃസ്ഥാപിച്ച് ഒരു നിശ്വാസമുതിർത്തു.

വേലക്കാരിയുടെ അസ്വാഭാവിക മരണത്തേക്കാൾ അനന്തര പ്രശ്നങ്ങളാണ് ആ മനസ്സിൽ അസ്വസ്ഥതയുടെ പാമ്പുകളായി ഇഴയുന്നത്. സംഭവം നടന്ന് ദിവസങ്ങൾ കഴിഞ്ഞിട്ടും മരണാനന്തര നിയമനടപടികളിൽ ഒരു തീർപ്പുമായിട്ടില്ല.

മൃതദേഹം റിയാദിലെ സർക്കാർ ആശുപത്രി മോർച്ചറിയിൽ കിടക്കുകയാണ്.

വിദേശി മരിച്ചാൽ എന്താണ് ചെയ്യേണ്ടതെന്ന് സാധാരണക്കാരനായ ആ ഗൃഹനാഥന് ഒന്നുമറിയില്ല. ഇന്ത്യൻ എംബസിയെ ബന്ധപ്പെടാൻ കഴിഞ്ഞിട്ടില്ല. അതിന് എവിടെ തുടങ്ങണം, ആരെ കാണണം എന്നറിയില്ല.

റിയാദിലെ ഇന്ത്യൻ സമൂഹത്തിൽ ജീവകാരുണ്യ പ്രവർത്തകനെന്ന നിലയിൽ അറിയപ്പെടുന്ന മലപ്പുറം തെന്നല സ്വദേശി മൊയ്തീൻകുട്ടി ഇക്കാര്യത്തിൽ സഹായിക്കുമെന്ന് ആരോ പറഞ്ഞറിഞ്ഞപാടെ ഓടിയെത്തിയതാണ്.

തമിഴ്നാട് വാണിയമ്പാടി ആംബൂർ സ്വദേശിനി സുബൈദാബി 'ഗദ്ദാമ' (വീട്ടുവേലക്കാരി) വിസയിലാണ് റിയാദിലെ ഹയ്യുർ ബദ്ർ എന്ന സ്ഥലത്തുള്ള ആ അറബിയുടെ വീട്ടിലെത്തിയത്.

ഒരു മാസം തികയുന്നതിന് മുമ്പാണ് ആത്മാഹുതി. അടുക്കളയോട് ചേർന്ന് താമസിക്കാൻ നല്കിയ മുറിയിൽ തൂങ്ങി നില്ക്കുന്നതാണ് ഒരു പ്രഭാതത്തിൽ വീട്ടുകാർ കണ്ടത്.

സമയമേറെ കഴിഞ്ഞിട്ടും കാണാതായപ്പോൾ അടഞ്ഞുകിടന്ന വാതിൽ തള്ളിതുറക്കുകയായിരുന്നു. എന്താണ് സംഭവിച്ചതെന്ന് ആദ്യം മനസ്സിലായില്ല. ഒരു തൂങ്ങിമരണം ആദ്യമായാണ് തങ്ങൾ കാണുന്നതെന്ന് അന്നത്തെ അതേ പരിഭ്രമം വീണ്ടും നിഴലിട്ട മുഖഭാവത്തോടെ അയാൾ പറഞ്ഞു.

പൊലീസെത്തി മൃതദേഹം ആശുപത്രി മോർച്ചറിയിലേക്ക് മാറ്റി. പോസ്റ്റുമോർട്ടം ഉൾപ്പെടെ അനന്തരനടപടികളിലേക്ക് കടക്കണമെങ്കിൽ സുബൈദാബിയുടെ വീട്ടുകാരുടെയും ഇന്ത്യൻ എംബസിയുടെയും ഇടപെടലും അനുമതിയും വേണം. അതിനൊരു പാലം തേടിയാണ് മൊയ്തീൻകുട്ടിയുടെ മുന്നിൽ ഇങ്ങനെ പരവശതയോടെ ഇരിക്കുന്നത്.

ജീവനറ്റവരുടെയും ജീവിച്ചിരിക്കെ ആലംബമറ്റവരുടെയും കൂട്ടുകാരനായ തെന്നല മൊയ്തീൻകുട്ടി പതിവ് തെറ്റിച്ചില്ല. ഒടുവിൽ സുബൈദാബിയുടെ ജഡഭാരം ഇറക്കിവെക്കാൻ ഒരു ചുമൽ കണ്ടെത്തിയ ആശ്വാസത്തോടെ ആ തൊഴിലുടമ മടങ്ങി. എന്നാൽ പ്രശ്നങ്ങൾ അവസാനിക്കുകയല്ല പുതിയത് തുടങ്ങുകയാണുണ്ടായത്. പ്രശ്നസങ്കീർണ്ണതക

ളുടെ ചുഴിയിൽ കിടന്ന് കറങ്ങുന്ന ജഡമാണ് സുബൈദാബിയുടേതെന്ന് താമസിയാതെ മൊയ്തീൻകുട്ടിക്ക് മനസ്സിലായി.

നാട്ടിലെ കുടുംബത്തിൽനിന്ന് പരാതിയൊന്നുമില്ലെന്ന് അറിയിച്ച് അനുമതിപത്രം ഇന്ത്യൻ എംബസിയിലേക്ക് അയച്ചുകിട്ടിയാൽ പോസ്റ്റുമോർട്ടത്തിനുശേഷം മൃതദേഹം ഏറ്റുവാങ്ങി റിയാദിൽത്തന്നെ മറവു ചെയ്യാം. അതാണ് പതിവ്.

അടുത്തദിവസം തന്നെ മൊയ്തീൻകുട്ടി അതിനുവേണ്ടിയുള്ള ശ്രമങ്ങൾ തുടങ്ങി.

റിയാദിലെ ഇന്ത്യൻ എംബസിയധികൃതരെ വിവരം ധരിപ്പിച്ചു. സ്പോൺസർ ഏല്പിച്ച പാസ്പോർട്ടിലെ വിലാസത്തിലേക്ക് എംബസി മുഖാന്തരം ബന്ധപ്പെടാൻ ശ്രമം നടത്തി. ജില്ലാഭരണകൂടത്തിന്റെയും സ്ഥലം എം എൽ എയുടെയും സഹായത്തോടെ സുബൈദാബിയുടെ വീടും വീട്ടുകാരേയും കണ്ടെത്തി.

ഇതിനിടെ റിയാദിലെ ശുമേസി ആശുപത്രി മോർച്ചറിയിലെത്തിയ മൊയ്തീൻകുട്ടിയെ കാത്തിരുന്നത് ഞെട്ടിക്കുന്ന ഒരു പുതിയ വിവരമായിരുന്നു. സുബൈദാബിയുടെ പാസ്പോർട്ടിലെ മുഖമല്ല മരിച്ച രൂപത്തിന്! നാല്പത്തിയൊന്നുകാരിയായ സുബൈദാബിക്ക് പകരം മരിച്ചുമരവിച്ചു കിടക്കുന്നത് തീരെ ചെറുപ്പമാർന്ന മറ്റൊരു പെണ്ണുടൽ!

തമിഴ്നാട്ടിലെ ബന്ധപ്പെട്ട ജില്ലാഭരണകൂടം എംബസിക്ക് അയച്ച മറുപടിയിലും ആ വിവരമാണുണ്ടായിരുന്നത്; പാസ്പോർട്ടുടമയായ സുബൈദാബി നാട്ടിൽ ജീവനോടെയുണ്ടെന്ന്!

അപ്പോൾ മോർച്ചറിയിൽ കിടക്കുന്ന സുബൈദാബി? ആ ചോദ്യമാണ് പിന്നീട് മാസങ്ങളോളം എംബസിയധികൃതരുടെയും തെന്നല മൊയ്തീൻകുട്ടിയുടെയും ഉറക്കം കെടുത്തിയത്.

മോർച്ചറിയിൽ മരവിച്ചുകിടക്കുന്ന സുബൈദാബി യഥാർത്ഥത്തിൽ ആരാണ്?

സൗദി തൊഴിലുടമയ്ക്കും അധികനാൾ ആശ്വാസത്തോടെയിരിക്കാനായില്ല. പൊലീസ് ബുദ്ധിമുട്ടിക്കാൻ തുടങ്ങി. ആശുപത്രിയധികൃതരും തുടർനടപടികളെക്കുറിച്ച് ചോദിച്ചുതുടങ്ങി.

ജീവനുള്ളതിനേക്കാൾ ഭാരമാണല്ലോ മരിച്ചതിന്. ഇരിക്കുന്നിടത്തോളം ഭാരം കൂടുകയേയുള്ളൂ. എത്രയും പെട്ടെന്ന് ആ ഭാരം ഒഴിവാക്കണം.

എല്ലാവർക്കും വേണ്ടത് അതാണ്. എല്ലാവരുടേയും ശ്രദ്ധ തെന്നല മൊയ്തീൻകുട്ടിയിലാണ്. വർഷങ്ങളുടെ ശീലംകൊണ്ട് എംബസി ഉദ്യോഗസ്ഥർക്കും സൗദി പൊലീസിലുള്ളവർക്കും അയാളിൽ വിശ്വാസമാണ്.

മരിച്ചുകിടക്കുന്നത് ആരെന്ന് തിരിച്ചറിയാതെ ഒരിഞ്ച് മുന്നോട്ടുപോകാനാവില്ല. ഇന്ത്യയിലേയും സൗദിയിലേയും എമിഗ്രേഷൻ വാതിലുകളുടെ കാർക്കശ്യത്തെ മറികടന്ന് റിയാദിലെത്തി തൊഴിലുടമയുടെ വീട്ടിൽ തൂങ്ങിമരിച്ച സുബൈദാബി അംബൂരിലെ വീട്ടിൽ ജീവിച്ചിരിക്കുകയാ

ണെന്ന് അറിയുമ്പോൾ ആരും പതറിപ്പോകും. ഏത് അധികാരിയും ഞെട്ടും.

ഒന്നരപതിറ്റാണ്ടിനിടെ ആയിരത്തിലേറെ മൃതദേഹങ്ങൾ സംസ്കരിക്കാൻ നേതൃത്വം കൊടുത്ത മൊയ്തീൻ കുട്ടിക്ക് ഇത്തരത്തിലൊന്ന് ആദ്യാനുഭവം.

മരിച്ചതാരെന്നറിയാതെ ഉഴറുമ്പോൾ സൗദി തൊഴിലുടമയുടെ ഭാര്യയുടെ ഒരു വെളിപ്പെടുത്തൽ വഴിത്തിരിവായി. ആ വീട്ടുജോലിക്കാരിക്ക് ഹവ്വാമ്മയെന്ന മറ്റൊരു പേരുകൂടിയുണ്ടെന്നും അതായിരുന്നു താൻ വിളിച്ചിരുന്നതെന്നും!

ആ പേര് മൊയ്തീൻകുട്ടിക്ക് ഒരു പിടിവള്ളിയായി മാറി. വാണിയമ്പാടി എം എൽ എ അബ്ദുൽ ബാസിത്തിനെ ഈ വിവരം അറിയിച്ചു. ദിവസങ്ങൾക്കുശേഷം എം എൽ എയുടെ മറുപടിയെത്തി.

വേലൂർ ജില്ലയിൽപെട്ട വാണിയമ്പാടി താലൂക്കിലെ അംബൂർ ടൗണിൽ മൊട്ടുകൊല്ലൈ മല്ലിഗൈതോപ്പ് സ്ട്രീറ്റിൽ 'സി – ത്രി' വീട്ടിൽ പരേതനായ സി എസ് ബസുവിന്റെയും കെ ഖുർഷിദ ബീഗത്തിന്റെയും മകളാണ് ഹവ്വാമ്മ.

ഇരുപത്തിരണ്ടുകാരിയായ അവൾ ആംബൂരിലെതന്നെ സുബൈദയെന്ന മറ്റൊരാളുടെ പാസ്പ്പോർട്ടിൽ റിയാദിലേക്ക് കടക്കുകയാണുണ്ടായതെന്ന് എം എൽ എയുടെ അന്വേഷണത്തിൽ തെളിഞ്ഞു. കൃത്യമായ വിവരം കണ്ടെത്താൻ എം എൽ എ കുറച്ചേറെ ബുദ്ധിമുട്ടി.

സുബൈദാബി മാസങ്ങൾക്ക് മുമ്പ് ആംബൂരിലെ ഒരു വിസ ഏജന്റിന്റെ കൈയിൽ ഗൾഫിൽ പോകാൻ വിസ തേടി ഏല്പിച്ചതാണ് പാസ്പ്പോർട്ട്.

വിസ ഉടൻ ശരിയാകും എന്ന് പറഞ്ഞ് ഏജന്റ് നാളുകൾ നീട്ടി. അതിനിടയിൽ അയാളെ കാണാതായി. പിന്നെയൊന്നും സുബൈദാബിക്കറിയില്ല.

എം എൽ എയുടെ അന്വേഷണത്തിൽ ഏജന്റ് സുബൈദാബിയുടെ പാസ്പോർട്ടിൽ ഹവ്വാമ്മയെ സൗദിയിലേക്ക് കടത്തുകയായിരുന്നെന്ന് മനസ്സിലായി.

മുപ്പത് വയസ്സുകഴിയാത്ത സ്ത്രീകൾക്ക് വിദേശത്തേക്ക് ഗാർഹിക ജോലിക്ക് പോകാനാവില്ലെന്ന ഇന്ത്യൻ നിയമത്തെ മറികടക്കാനാണ് ഇരുപത്തിരണ്ടുകാരിയായ ഹവ്വാമ്മയ്ക്കുവേണ്ടി നാല്പത്തിയൊന്നുകാരിയായ സുബൈദാബിയുടെ പാസ്പോർട്ട് ഉപയോഗിച്ച് ഏജന്റ് അതിസാഹസികതയ്ക്ക് മുതിർന്നത്.

എന്നാൽ ഇരുരാജ്യങ്ങളുടേയും എമിഗ്രേഷൻ കണ്ണുകളുടെ ജാഗ്രതയെ ഹവ്വാമ്മയെന്ന നിരക്ഷരയായ ഒരു പെണ്ണിന് കബളിപ്പിക്കാൻ കഴിഞ്ഞത് എങ്ങനെയെന്ന് ഇന്നും ദുരൂഹമായി തുടരുകയാണെന്ന് തെന്നല മൊയ്തീൻകുട്ടി പറയുന്നു.

രണ്ടുവർഷം മുമ്പ് നടന്ന സംഭവം ഇന്നലത്തേത്പോലെ മനസ്സിലു

ണ്ട്. അടിമുടി ദുരൂഹതകൾ നിറഞ്ഞ ഒരു കഥയാണ് ഹവ്വാമ്മ. പ്രവാസ ലോകത്ത് ഏതാണ്ട് മുഴുവൻ സമയ സാമൂഹികപ്രവർത്തകനായി മാറിയശേഷം കെട്ടുകഥകളെ തോല്പിക്കുന്ന പല ജീവിതങ്ങളേയും മൊയ്തീൻകുട്ടി കണ്ടിട്ടുണ്ട്. എന്നാൽ ഹവ്വാമ്മ അതുവരെ അറിയാത്ത തീക്ഷ്ണമായ അനുഭവങ്ങളുടെ മറ്റൊരു ഏടായിരുന്നു. ഇപ്പോഴും ഓർമ്മയിൽ കല്ലിച്ചുകിടക്കുന്ന ദുരൂഹ ജീവിതം.

പരോപകാരിയായ സാമൂഹികപ്രവർത്തകനെന്ന നിലയിൽ റിയാദിലെ മലയാളികൾക്ക് പ്രിയപ്പെട്ടവനായ തെന്നല മൊയ്തീൻകുട്ടിയുടെ വ്യക്തിത്വവും ചില ദുരൂഹതകളിലൊളിഞ്ഞതാണ്.

ഒന്നരപതിറ്റാണ്ടായി ജന്മനാട് കാണാത്ത, എന്നാൽ ജന്മം തന്ന നാട്ടിൻെറ പേര് സ്വന്തം പേരിൽ കൊളുത്തിയിട്ട തെന്നല മൊയ്തീൻകുട്ടി ആ നിലയ്ക്ക് ഒരു വലിയ വിസ്മയമാണ്.

വിവാഹം കഴിക്കാത്ത തെന്നല ഒറ്റാന്തടിയായി ജീവിതം നയിക്കുമ്പോഴും മുസ്ലിംലീഗിൻെറ പോഷക സംഘടനയായ കെ എം സി സിയുടെ ജീവകാരുണ്യപ്രവർത്തകനായി ആപത്തിൽ പെടുന്നവനെ സഹായിക്കാൻ പൊതുസമൂഹത്തിന്റെ മുന്നിലുണ്ടാവും.

നാട്ടിലുള്ള ഉപ്പായ്ക്കും ഉമ്മായ്ക്കും കൃത്യമായി ചെലവിന് പണം അയച്ചു കൊടുക്കുന്ന, ഇടയ്ക്കിടെ ഉംറ വിസയിൽ സൗദിയിലേക്ക് കൊണ്ടുവന്ന് അവരെ പരിചരിക്കുന്ന, അവരുടെ സ്നേഹവാത്സല്യങ്ങൾ ആവോളം നുകരുന്ന തെന്നലയ്ക്ക് ജന്മനാട് എന്തേ അന്യമായി എന്നത് അടുത്ത സുഹൃത്തുക്കൾക്ക് മുന്നിൽപ്പോലും ചുരുൾ നിവരാത്ത വലിയൊരു ദുരൂഹതയാണ്.

അങ്ങനെയൊരാളാണ് അടിമുടി ദുരൂഹതകളിലൊളിച്ച ഹവ്വാമ്മയുടെ മയ്യിത്തുകട്ടിലിൻെറ കാലുപിടിക്കാൻ മറ്റൊരാളില്ലാതെ വന്നപ്പോൾ ഒറ്റയ്ക്ക് ചുമന്ന് ശ്മശാനഭൂമിയിലേക്ക് പോയത്.

മരിച്ചത് ഹവ്വാമ്മയെന്ന ഇരുപത്തിരണ്ടുകാരിയാണെന്ന് തീർച്ചപ്പെട്ടെങ്കിലും ഇരുരാജ്യത്തേയും എമിഗ്രേഷൻ രേഖകൾ പ്രകാരം നാല്പത്തിയൊന്നുകാരിയായ സുബൈദാബിയായി തന്നെ മണ്ണിലേക്ക് മടങ്ങാനായിരുന്നു നിയോഗം.

നിയമനടപടികളെല്ലാം പൂർത്തിയായി റിയാദിൽ മറവുചെയ്യുന്നതിനുള്ള അന്തിമ തീരുമാനം വരുമ്പോഴേക്കും മൂന്നുമാസം കഴിഞ്ഞു.

അതിനിടയിലും, നാട്ടിലെ കുടുംബത്തിൻെറ പട്ടിണിയകറ്റാൻ കള്ള പാസ്പോർട്ടിൽ കടൽകടന്ന ഹവ്വാമ്മ വെറും ഒരു മാസത്തിനുള്ളിൽ ജീവനൊടുക്കിയത് എന്തിനാണെന്ന ചോദ്യം ബാക്കിനിന്നു. എവിടെ നിന്നും ഒരുത്തരവും കിട്ടിയില്ല. കണ്ണീരിനപ്പുറം മാതാപിതാക്കൾക്കും ഒന്നും പറയാനില്ലായിരുന്നു.

ശുമൈസി ആശുപത്രിയിലെ മോർച്ചറിയിൽനിന്ന് മരവിച്ച ഉടൽ പുറത്തെടുക്കുമ്പോൾ ഏറ്റുവാങ്ങാൻ സ്വന്തമോ ബന്ധമോ അവകാശപ്പെടാനില്ലാത്ത, ജീവിച്ചിരിക്കുമ്പോൾ ഒരിക്കൽപോലും കാണുകയോ

കേൾക്കുകയോ ചെയ്യാത്ത മൊയ്തീൻകുട്ടി മാത്രമേയുണ്ടായിരുന്നുള്ളൂ.

പരിചയമുള്ള സ്വകാര്യ പോളിക്ലിനിക്കിൽനിന്ന് കടമെടുത്ത ആംബുലൻസിൽ മൃതദേഹം ഒറ്റയ്ക്ക് വലിച്ചുകയറ്റി കിലോമീറ്ററുകൾക്കപ്പുറം എക്സിറ്റ് പതിനഞ്ചിലെ അൽരാജ്ഹി പള്ളിയിലെത്തിച്ചു, ബാക്കിയായ അന്ത്യകർമ്മങ്ങളിലൊന്നായ മയ്യിത്ത് നമസ്കാരത്തിനുവേണ്ടി.

ഊരും പേരും അറിയാത്ത ഏതൊക്കെയോ മൃതദേഹങ്ങൾക്കുവേണ്ടി നമസ്കാരങ്ങൾ നിർവ്വഹിക്കാറുള്ള ആ പള്ളിയിലെ നൂറുകണക്കിന് പതിവ് സന്ദർശകരായ വിശ്വാസികളോടൊപ്പം ആ മൃതദേഹത്തെ പരിചയമുള്ള ഏക വ്യക്തിയായി മൊയ്തീൻകുട്ടിയും നിന്ന് നമസ്കരിച്ചു.

അതിനുശേഷവും ഒറ്റയ്ക്കായ അയാൾ മൃതദേഹം വീണ്ടും ആംബുലൻസിൽ കയറ്റി പിന്നെയും കിലോമീറ്ററുകൾ താണ്ടി നസീം എന്ന സ്ഥലത്തെ ശ്മശാനത്തിലെത്തിച്ചു.

കവാടത്തിൽ വാഹനം വന്നുനിന്നയുടൻ ചില സൗദി യുവാക്കൾ ശ്മശാനത്തിന്റെ പല ഭാഗത്തുനിന്ന് ഓടിവന്നു. മരണാനന്തരകർമ്മങ്ങൾ നിർവ്വഹിക്കുകയെന്ന സാമൂഹിക ബാദ്ധ്യതയ്ക്കുവേണ്ടി സന്നദ്ധസേവനം നല്കുന്ന നിഷ്കാമകർമ്മികൾ.

(ഒരാൾ മരിച്ചാൽ മൃതദേഹം പട്ടടയിലാക്കുന്നതുവരെയുള്ള കർമ്മങ്ങൾ ആ പ്രദേശത്തെ മുഴുവനാളുകളുടേയും ബാദ്ധ്യതയാണെന്ന് പ്രവാചകൻ പഠിപ്പിച്ചിട്ടുണ്ട്. ഒരാൾ മുന്നിട്ടിറങ്ങി ചെയ്താൽ അത് എല്ലാവരും ചെയ്യുന്നതിന് തുല്യമാകും. ഒരാളും മുന്നോട്ടുവരാതെ ആ മൃതദേഹം അവിടെ കിടന്ന് പുഴുവരിക്കാൻ ഇടയായാൽ അവർ ഒന്നടങ്കം തെറ്റുകാരാകും. ഈ പ്രവാചകാദ്ധ്യാപനം അക്ഷരാർത്ഥത്തിൽ പാലിക്കാനാണ് ആ യുവാക്കൾ രംഗത്തുള്ളത്).

അതുകൊണ്ട്, അവിടെ മാത്രം മൊയ്തീൻകുട്ടി ഒറ്റയ്ക്കല്ലാതായി. പലകൈകൾ സഹായിക്കാൻ നീണ്ടുവന്നു. ആറടി കുഴിയിലേക്ക് മൃതദേഹം ഇറക്കിവെച്ച് മൊയ്തീൻകുട്ടി അതിലേക്ക് ഒരു പിടി മണ്ണ് വാരിയിട്ടു. ഒരു പിടി മണ്ണിന് പരസ്പരം കടപ്പെട്ട മനുഷ്യർ!

ഹിന്ദികൾ ഉറുമ്പുകളെപ്പോലെയാണ്

"ഒരു ലക്ഷത്തി മുപ്പത്തയ്യായിരം റിയാൽ...!"

ചെറിയ കപ്പുകളിലേക്ക് ഗഹ്‌വ പകർന്നുകൊണ്ട് അദ്ദേഹം തുടർന്നു.

"...ശരിക്കും ഞാൻ പേടിച്ചുപോയി, എനിക്കതിനുള്ള വരുമാനമില്ലല്ലോ. ജയിലിലും ആശുപത്രിയിലുമായി കഴിയുന്ന വർക്കി എന്തു ചെയ്യാനാണ്? എൻെറ വിഷമം കണ്ടിട്ട് ജയിലിലെ ക്യാപ്റ്റൻ പറഞ്ഞു:

"നീ പേടിക്കണ്ട, ഹിന്ദികൾ ഉറുമ്പുകളെപ്പോലെയാണ്''

തമർ (ഈത്തപ്പഴം) നിറച്ച പാത്രം ഞങ്ങളുടെ അരികിലേക്ക് നീക്കിക്കൊണ്ട് അദ്ദേഹം മതിപ്പ് കലർന്ന സ്വരത്തിൽ പറഞ്ഞു.

"ഉറുമ്പുകൾ ആഹാരം ശേഖരിക്കുന്നതുപോലെ സഹകരണമുള്ളവരാണ് ഹിന്ദികളെന്നാണ് ക്യാപ്റ്റൻ പറഞ്ഞത്. ഹിന്ദികൾ അവർക്കിടയിൽനിന്ന് തന്നെ പണം ശേഖരിച്ച് ഈ പ്രശ്നത്തിന് പരിഹാരം കണ്ടോളും. കൂട്ടായ്മകളായി പ്രവർത്തിക്കുന്ന അവർ അഞ്ച് റിയാൽ വീതമെടുത്താൽ തീരുന്നതാണ് നിന്റെയും വർക്കിയുടെയും പ്രശ്നം."

"ഇങ്ങനെ ആ ജയിൽക്യാപ്റ്റൻ പറഞ്ഞുകേട്ടപ്പോൾ എനിക്ക് ആശ്വാസമാണ് തോന്നിയത്. അതിനുശേഷമാണ് ശരിക്കും എനിക്ക് ഉറങ്ങാൻ പോലും കഴിഞ്ഞത്" -അദ്ദേഹം പറഞ്ഞുനിർത്തി.

ഒഴിഞ്ഞ കപ്പുകളിലേക്ക് വീണ്ടും ഗഹ്‌വ പകർന്നു.

കുടിവെള്ളം വിതരണം ചെയ്യുന്ന ടാങ്കറുകളുടെ ഒരു ചെറുകിട കരാറുകാരനാണ് ഈ സൗദി പൗരൻ. റിയാദിന്റെ പ്രാന്തത്തിലെ അൽഖർജ് പട്ടണത്തിലുള്ള അദ്ദേഹത്തിന്റെ വീട്ടിലെ അതിഥിപുരയിലിരിക്കുകയായിരുന്നു ഞങ്ങൾ. ഞങ്ങളെന്നാൽ, ഈ ലേഖകൻ, മാധ്യമ സഹപ്രവർത്തകൻ ഷക്കീബ് കൊളക്കാടൻ, ജീവകാരുണ്യപ്രവർത്തകൻ ശിഹാബ് കൊട്ടുകാട്.

അൽഖർജ് കിങ് ഖാലിദ് ആശുപത്രിയിൽ മരണത്തോട് മല്ലിട്ടു കൊണ്ടിരുന്ന മലയാളി വർക്കി മാത്യുവിനെക്കുറിച്ച് സംസാരിക്കാനാണ് ഞങ്ങളവിടെ പോയത്.

ആ ശരീരത്തിൽനിന്ന് ജീവൻ പറന്നകലും മുമ്പ് നാട്ടിൽ കണ്ണീരും പ്രാർത്ഥനയുമായി കാത്തിരിക്കുന്ന ഭാര്യയുടേയും കുട്ടികളുടേയും അടുത്തെത്തിക്കണം. അതിനുവേണ്ടി അയാളുടെ സ്പോൺസറായ അദ്ദേഹം ഒന്നു മനസ്സുവെക്കണം.

ക്രൂരനായ സ്പോൺസറുടെ മനുഷ്യത്വമില്ലാത്ത നിലപാടുകൊണ്ടാണ് യാത്ര വൈകുന്നതെന്ന തെറ്റിദ്ധാരണയാണ് ഞങ്ങൾക്കുണ്ടായിരുന്നത്. എന്നാൽ അവിടെയെത്തി അദ്ദേഹത്തെ കണ്ട് സംസാരിച്ചപ്പോൾ വസ്തുതകൾ ബോദ്ധ്യപ്പെട്ടു. വർക്കി മാത്യു വെറുമൊരു രോഗിയല്ല.

നിസാരമല്ലാത്ത ഒരു കേസിൽ ശിക്ഷാവിധിക്ക് അർഹനായ അൽഖർജ് സെൻട്രൽ ജയിലിലെ തടവുപുള്ളിയാണ്. വാഹനാപകടത്തിലെ പരിക്കും നേരത്തെ തന്നെയുണ്ടായിരുന്ന പ്രമേഹം ഉൾപ്പടെയുള്ള രോഗങ്ങളുടെ മൂർദ്ധന്യതയും ദുരന്തങ്ങളുടെ വേട്ടയാടലിൽ നിലതെറ്റിയ മനസുമായി പകുതി പ്രജ്ഞയിലാണെങ്കിലും കനത്ത പൊലീസ് കാവലിലാണ് ആശുപത്രിയിൽ കഴിയുന്നതുപോലും.

സൗദി പൗരൻെറ സ്പോൺസർഷിപ്പിൽ കുടിവെള്ള ടാങ്കറിന്റെ ഡ്രൈവറായിരുന്നു വർക്കി മാത്യൂ. ഒരു രാത്രി, അലച്ചിലിന്റെ ക്ഷീണത്തിൽ വർക്കിയുടെ കണ്ണൊന്ന് മാടിപ്പോയപ്പോൾ ടാങ്കർ ചെന്നിടിച്ചത് ഇലക്ട്രിക് കെ വി ലൈനിന്റെ താങ്ങായ വലിയ ഈഫൽ ടവറിൽ. ടവർ തകർന്നു, വലിയൊരു പ്രദേശത്തേക്കുള്ള വൈദ്യുതി വിതരണം നിലച്ചു. ടാങ്കറും പാടെ തകർന്നുപോയി. വർക്കിക്ക് സാരമായ പരിക്കേറ്റു.

അൽഖർജ് കിങ് ഖാലിദ് ആശുപത്രിയിൽ ചികിത്സയിൽ കഴിയവേ നിലയൊന്നു മെച്ചപ്പെട്ടപ്പോൾ തന്നെ അപകടക്കേസിലെ പ്രതിയെന്ന നിലയിൽ വർക്കിയെ ജയിലിലേക്കുമാറ്റി.

ഇലക്ട്രിക് ലൈനിൻെറ ഉടമസ്ഥരായ സൗദി ഇലക്ട്രിക്കൽ കമ്പനി വൻതുക നഷ്ടപരിഹാരം ആവശ്യപ്പെട്ടു. ഒടുവിൽ കോടതി വിധിച്ചതാണ് ഒരു ലക്ഷത്തി മുപ്പത്തയ്യായിരം റിയാൽ. ഇതുകൂടി അറിഞ്ഞതോടെ വർക്കിയുടെ നില തെറ്റി. പരിക്കിന് പുറമെ ഉണ്ടായിരുന്ന അസുഖങ്ങളും കയറി വഷളായി.

അങ്ങനെയാണ് വീണ്ടും ആശുപത്രിയിലെത്തിയത്. വർക്കിയുടെ പ്രജ്ഞയറ്റതോടെ ടാങ്കറിന്റെ ഉടമയും വർക്കിയുടെ സ്പോൺസറുമെന്ന നിലയിൽ ആ സൗദി പൗരനായി കേസിലെ അടുത്ത പ്രതി.

ഭാരിച്ച പിഴത്തുക സാധാരണക്കാരനായ അദ്ദേഹത്തിന് താങ്ങാൻ കഴിയുന്നതായിരുന്നില്ല. കേസുനടപടികൾ അങ്ങനെ തുടരുമ്പോൾ തന്നെ മറ്റൊരു മാനുഷികപ്രശ്നം ഉയർന്നുവന്നു. അർദ്ധബോധാവസ്ഥ

യിൽ ആണെങ്കിലും ജീവനോടെ ഒരുനോക്ക് കാണാൻ കുടുംബത്തിന് വർക്കിയെ എത്തിച്ചു കൊടുക്കാമെന്ന് ചുമതലയേറ്റതാണ് ശിഹാബ് കൊട്ടുകാട്. വർക്കിയുടെ കഥ കേട്ട് മനസ്സ് നൊന്തപ്പോൾ ശിഹാബിനോടൊപ്പം ഇറങ്ങിത്തിരിച്ചതാണ് ഞങ്ങളും.

ശിഹാബിൻെറയും ഇന്ത്യൻ എംബസിയുടേയും ഇടപെടലിൻെറ ഫലമായി സൗദി ഇലക്ട്രിക്കൽ കമ്പനി ആ തുക വേണ്ടെന്നുവെച്ചതും എന്നാൽ അപ്പോഴേക്കും ആശുപത്രിയിൽ കിടന്നുതന്നെ വർക്കി എന്നെന്നേക്കുമായി കണ്ണടച്ചതുമെല്ലാം ആ കഥയുടെ അനന്തര ഭാഗങ്ങൾ.

"ഹിന്ദികൾ ഉറുമ്പുകളെപ്പോലെയാണ്" എന്ന സൗദി ജയിൽ ക്യാപ്റ്റന്റെ ആ പ്രസ്താവന വാസ്തവത്തിൽ ഇന്ത്യൻ സംഘബോധത്തിന് ഒരു അന്യനാട്ടുകാരനിൽനിന്ന് ലഭിച്ച വലിയ ബഹുമതിയായിരുന്നു.

ഉറുമ്പുകളുടെ സാമൂഹികജീവിതത്തെ നമുക്കറിയാം. അവ ആഹാരം തേടുന്നത്, അക്രമങ്ങളെ പ്രതിരോധിക്കുന്നത് എല്ലാം. ജീവിതത്തിന്റെ നന്മയ്ക്ക് വേണ്ടിയുള്ള അവയുടെ പരസ്പര സഹകരണം ഇന്ത്യക്കാർക്കുണ്ടെന്ന ഒരു സൗദി ജയിൽ ക്യാപ്റ്റൻെറ നിരീക്ഷണം വസ്തുതകളുടെ ആത്മാവിനെ സ്പർശിക്കുന്നതാണ്.

ജീവിക്കാൻ വേണ്ടി ജനിച്ച നാട്ടിൽനിന്ന് അന്യനാടുകളിലേക്ക് ഓടിപ്പോന്ന സമൂഹങ്ങൾ കൊയ്തെടുത്ത നേട്ടങ്ങൾക്ക് ദുരിതങ്ങളുടെ കണ്ണീർ നനവുണ്ട്. ആദ്യദിനം മുതൽ അരശതകത്തിനിപ്പുറവും ദുരിതങ്ങളുടെ കണക്കെടുപ്പുകൂടിയാണ് പ്രവാസത്തിന്റെ ഭൂതവും വർത്തമാനവും.

ജീവിത വിജയങ്ങളുടെ ചക്രവാളങ്ങളിലേക്ക് പറന്നെത്തിയവരേക്കാൾ കൂടുതൽ പേർ ചിറകറ്റ് നിലംപതിച്ചു. നിലംപതിക്കും മുമ്പ് താങ്ങി സംരക്ഷിക്കാനും നിലംപതിച്ചവരെ ജീവിതത്തിലേക്ക് വീണ്ടെടുക്കാനും മരിച്ചുവീണവരെ യഥോചിതം പട്ടടയിലേക്കെടുക്കാനും ജീവകാരുണ്യത്തിന്റെ കരങ്ങൾ നീണ്ടുതുടങ്ങിയതിനും പ്രവാസത്തോളം പഴക്കമുണ്ട്.

അത്ര തന്നെ പഴക്കമുണ്ട് സൗദി അറേബ്യൻ ജനതയുടെ മനസ്സിൽ ഇന്ത്യയോടും ഇന്ത്യക്കാരോടുമുള്ള മമതയ്ക്കും. ചില *ആടുജീവിതങ്ങളും ഗദ്ദാമ* കഥകളും അപവാദങ്ങളെന്ന് പറയാനായുണ്ടെങ്കിലും.

2006 ൽ ഡൽഹിയിൽ നിന്നുകൊണ്ട് സൗദി ഭരണാധികാരി അബ്ദുല്ല രാജാവ് 'ഇന്ത്യ എൻെറ രണ്ടാമത്തെ വീടാ'ണെന്ന് ഹൃദയത്തിൽ തൊട്ട് പ്രഖ്യാപിച്ചതിനുശേഷം ആ പിരിശത്തിന് ഏറ്റവുമുണ്ടായി. ഒരു വ്യാഴവട്ടത്തെ പ്രവാസത്തിനിടയിൽ വാക്കിലും വാഴ്‌വിലും അനുഭവിക്കാൻ കഴിഞ്ഞ അത്തരത്തിലെ നിരവധി സന്ദർഭങ്ങളിലൊന്നാണ് ഇത്.

അബൂഹാജിയുടെ 44-ാം നമ്പർ വിസ

ആയിരത്തിത്തൊള്ളായിരത്തി എഴുപത്തേഴിലെ തീർത്ഥാടന കാലം. ആ വർഷം ഒൻപത് കപ്പലുകളിലാണ് ഇന്ത്യയിൽനിന്ന് ഹാജിമാർ വന്നത്. എസ് എസ് മുഹമ്മദി എന്ന ഒൻപതാമത്തെ കപ്പലിലാണ് മലപ്പുറത്തെ കണ്ണമംഗലം ഇ കെ പടിക്കാരൻ അബൂബക്കറെന്ന അബുവിന് ഇടം കിട്ടിയത്. 12-ാം വയസ്സിൽ തുടങ്ങിയ ഊരുതെണ്ടലിന്റെ ആദ്യ കടൽയാത്ര!

വീട്ടിലെ ദാരിദ്ര്യത്തിന്റെ കടുപ്പമാണ് കുട്ടിക്കാലത്തുതന്നെ നാട്ടിൽനിന്നോടിച്ചത്. പിതാവ് ചെറുപ്പത്തിലേ മരിച്ചു. ഉമ്മയുടെ ചിറകിനടിയിൽ പറക്കമുറ്റാത്ത അഞ്ച് സഹോദരിമാരും മൂന്ന് സഹോദരന്മാരുമൊത്ത് ദാരിദ്ര്യം തിന്നുജീവിച്ച ക്ലേശബാല്യം.

രണ്ടാംക്ലാസ് വിദ്യാഭ്യാസവും ഉമ്മയുടെ ആശീർവാദവും പ്രാർത്ഥനയും കൈമുതലാക്കി 1964 ൽ നാടുവിട്ടു. ആദ്യം പോയത് ഗോവയിലേക്ക്. ആന്തമാൻ, ആന്ധ്രപ്രദേശ്, കർണ്ണാടക, മഹാരാഷ്ട്ര തുടങ്ങി കറങ്ങാത്ത നാടുകൾ കുറവ്.

ബേപ്പൂർ സുൽത്താൻെറ ചരിത്രാഖ്യായികകളൊന്നും വായിച്ചിട്ടില്ല. വായിച്ചിരുന്നെങ്കിൽ പറയാൻ ധൈര്യം കാട്ടുമായിരുന്നു, താനുമൊരു ബഷീറായിരുന്നെന്ന്.

15 വർഷത്തിനിടെ പല ജോലിയും ചെയ്തു. ഹോട്ടലുകളിലെ കുശിനി മുതൽ വലിയ കമ്പനികളുടെ കാവൽപ്പുര വരെ... തൊഴിലിടങ്ങൾക്ക് വല്ലാത്ത വൈവിദ്ധ്യമുണ്ടായിരുന്നു.

കിട്ടുന്നതൊക്കെ വീട്ടിലേക്ക് അയച്ചുകൊടുത്തു. വീട് ദാരിദ്ര്യത്തിന്റെ കെട്ട നിറത്തിന്മേൽ ആശ്വാസത്തിൻെറ കുമ്മായം തേച്ചു. നാടുചുറ്റൽ മടുത്തപ്പോൾ 1976 ൽ തിരിച്ചെത്തി.

എ ആർ നഗർ പഞ്ചായത്തിൽ കൊളപ്പുറം എന്ന സ്ഥലത്ത് ഒരു ഹോട്ടൽ തുടങ്ങി. ഊരുചുറ്റൽ എന്ന മഹാ സർവ്വകലാശാലയിൽനിന്ന് പഠിച്ച തൊഴിൽ.

പണിയെടുത്താൽ കിട്ടുന്ന ശമ്പളംപോലെ എളുപ്പമല്ല പണിയെടുപ്പിച്ച് വരുമാനമുണ്ടാക്കുന്നതെന്ന് ബോദ്ധ്യമായപ്പോൾ പീടികയ്ക്ക് താഴിട്ടു.

വീണ്ടും നാടുവിട്ടോടി. ഇത്തവണ ദൈവമാർഗ്ഗത്തിലായിരുന്നു. മക്കയിലെത്താൻ ശേഷിയും ശേമുഷിയുമുള്ളവർക്ക് മാത്രം നിർബ്ബന്ധമായ ഹജ്ജിന്. പട്ടിണി ഇനിയും പടിയിറങ്ങാത്ത വീടിന്റെ നടത്തിപ്പുകാരന് ഹജ്ജ് നിർബ്ബന്ധമല്ലാതിരിക്കെ അബുവിന് അത് ജീവിതമാർഗ്ഗം അന്വേഷിച്ചുള്ള യാത്രയായിരുന്നു.

അന്ന് നാട്ടിൽ പലരും ഹജ്ജിന് അപേക്ഷിച്ചത് ഇതേ ലക്ഷ്യത്തോടെയായിരുന്നു. പൊന്നുവിളയുന്ന എണ്ണപ്പാടങ്ങളുള്ള മണൽക്കാട്ടിലെ ജീവിതം സ്വപ്നം കണ്ട് നടന്നവരുടെ നാട്ടിൽ അബൂവിനും അതല്ലാതെ വഴിയില്ലായിരുന്നു.

സൗദിയിലേക്കുള്ള തൊഴിൽ വിസ അത്രയെളുപ്പമല്ല. തീർത്ഥാടക വിസയ്ക്ക് അത്ര പ്രയാസവുമില്ല. ഭാര്യയുടെ കെട്ടുതാലി പണയംവെച്ചും ആളുകളിൽനിന്ന് കടംവാങ്ങിയും തന്നെയായിരുന്നു ഹജ്ജ് യാത്രയ്ക്കുള്ള പണവും അന്നാളുകൾ കണ്ടെത്തിയിരുന്നത്.

എങ്ങനെയെങ്കിലും കടൽകടക്കാൻ പറ്റിയാൽ ജീവിതം പച്ച പിടിക്കും എന്ന വിചാരമായിരുന്നു എല്ലാവർക്കും. ഹജ്ജിനുള്ള യാത്രാ ചെലവ് 2,500രൂപ. പുണ്യഭൂമിയിലെ കർമ്മനിർവ്വഹണത്തിനുള്ള ചെലവ് 2,008 സൗദി റിയാലും.

കടമായും സംഭാവനയായും ഈ പണം തരപ്പെടുത്തിയാണ് അബുവും പുറപ്പെട്ടത്. നാട്ടിലെ ഇതരമതവിശ്വാസികളായ സുഹൃത്തുക്കളും പണം തന്ന് സഹായിച്ചത് അബൂഹാജി കൃതജ്ഞതയോടെ ഓർക്കുന്നു. ഉപജീവനമാർഗ്ഗം തേടിയുള്ള യാത്രയല്ലേ, പോയി രക്ഷപ്പെടുന്നെങ്കിൽ രക്ഷപ്പെട്ടോട്ടെ എന്ന് കരുതിയാവും.

എസ് എസ് മുഹമ്മദി ജിദ്ദ തുറമുഖത്ത് നങ്കൂരമിട്ടു. മക്കയിലെത്തിയപ്പോൾ ലക്ഷ്യം തല്ക്കാലത്തേക്ക് മറന്നു. പുണ്യനഗരം മനസ്സിൽ നിറഞ്ഞു. ഹജ്ജ് ഭംഗിയായി നിർവ്വഹിച്ചു.

ഇനി മദീന സന്ദർശനമാണ്. പ്രവാചകൻെറ അന്ത്യവിശ്രമസ്ഥലവും പ്രബോധന ചരിത്രത്തിലെ ത്യാഗസ്മരണകൾ ഉറങ്ങുന്ന സ്ഥലങ്ങളും മനസ്സുനിറയെ കാണണം. എല്ലാം കഴിഞ്ഞപ്പോൾ മനസ്സിൽ വീണ്ടും ജീവിക്കാനുള്ള ത്വര തിരയടിക്കാൻ തുടങ്ങി. ജിദ്ദയിലേക്ക് മടങ്ങിയില്ല.

എസ് എസ് മുഹമ്മദി യാത്രക്കാരില്ലാതെ ഇന്ത്യയിലേക്ക് മടങ്ങി. അബൂഹാജിയും നാട്ടിൽനിന്ന് ഒപ്പം വന്ന നാലുപേരും മദീനയിൽ ജോലി അന്വേഷിക്കാൻ തുടങ്ങി. പറ്റിയ പണി എങ്ങും കിട്ടിയില്ല. തീർത്ഥാടക വിസയിൽ വന്നവർക്ക് പണിയില്ലെന്ന് സ്ഥാപനങ്ങൾ ബോർഡ് തൂക്കാൻ

തുടങ്ങിയിരുന്നു.

അബദ്ധമായോ എന്ന് ശങ്കിക്കാതിരുന്നില്ല. പുണ്യനഗരങ്ങളിലേക്ക് വർഷാവർഷം ആയിരങ്ങൾ വന്നിറങ്ങുന്നതുകൊണ്ടാണ് മദീനയ്ക്ക് ഈ പ്രതികൂല ഭാവമെന്ന് ആശ്വസിക്കാൻ ശ്രമിച്ചു. തീർത്ഥാടക നഗരങ്ങളൊഴിച്ചുള്ള സ്ഥലങ്ങളിൽ ഒരുപക്ഷേ, ജോലി കിട്ടിയേക്കാമെന്ന പ്രതീക്ഷയുണ്ടായി.

അഞ്ചുപേരും റിയാദിലേക്ക് ഒളിച്ചുകടക്കാൻ തീരുമാനിച്ചു. കൈയിലുള്ളത് പിൽഗ്രിം വിസ പതിച്ച പാസ്പോർട്ടാണ്. പുണ്യനഗരങ്ങൾക്ക് പുറത്ത് സഞ്ചരിക്കാൻ അനുമതിയില്ല. പൊലീസ് കണ്ടാൽ പിടിച്ച കത്താക്കും.

2000 റിയാൽ കൊടുത്താൽ മലയും മരുഭൂമിയും ചുറ്റിയുള്ള രഹസ്യ വഴിയിലൂടെ റിയാദിലെത്തിക്കാമെന്ന് കള്ളടാക്സിക്കാരനായ സൗദി പൗരൻ ഉറപ്പുനല്കിയപ്പോൾ മറ്റൊന്നും ആലോചിച്ചില്ല.

അതൊരു പിക്കപ്പ്വാനായിരുന്നു. ഡ്രൈവറുടെ കാബിന് പിൻവശത്ത് തമ്പ് കെട്ടി യാത്രക്കാർക്കിരിക്കാൻ സൗകര്യമുണ്ടാക്കിയ പ്രാകൃത വാഹനം.

ശൈത്യകാലമായിരുന്നു. മരുഭൂമിയിൽ മഞ്ഞുറയുന്നു. തണുപ്പിൻെറ സൂചിമുനകൾ ശരീരത്തെ കുത്തിനോവിക്കുന്നു. സഹിച്ചു യാത്ര തുടർന്നു.

മൂന്നാം രാത്രിയുടെ ആദ്യയാമത്തിൽ ഡ്രൈവർ വണ്ടിക്ക് ബ്രേക്കിട്ടു. തമ്പിന് പുറത്തേക്ക് നീണ്ട തലകൾ റിയാദെത്തിയോ എന്ന ചോദ്യം കോറസാക്കി. അതേയെന്ന് അറബി പ്രാകൃതമായ ഭാഷയിൽ അലറി. ഞെട്ടി പുറത്തേക്ക് തെറിച്ച് മിഴിച്ചുനിന്നു.

മണൽപ്പരപ്പിനെ പൊതിഞ്ഞ ഇരുട്ടുമാത്രം എങ്ങും. ഇതോ സൗദി തലസ്ഥാനമായ റിയാദെന്ന മഹാനഗരം! സംശയമുന കൂർപ്പിച്ച കണ്ണുകളെ മാടിവിളിച്ച് അകലെ നക്ഷത്രങ്ങൾ വീണുചിതറിയതുപോലെ വെളിച്ചം കണ്ട ഭാഗത്തേക്ക് അയാൾ കൈചൂണ്ടി.

“അതാണ് റിയാദ്. നടക്കാവുന്ന ദൂരമേയുള്ളൂ. വണ്ടിയുമായി മുന്നോട്ടുവരാനാവില്ല. ചെക്ക്പോസ്റ്റിൽ പൊലീസ് പിടിക്കും.” പണം എണ്ണി വാങ്ങി അയാൾ തിരിച്ചുപോയി.

മരുഭൂമിക്കുമേൽ വീണുകിടന്ന ഇരുട്ടുമെത്തയിലൂടെ തണുപ്പ് വകവെക്കാതെ അഞ്ചുപേരും നടക്കാൻ തുടങ്ങി. രാത്രി മുഴുവൻ നടന്നു. മുന്നോട്ടുപോകുംതോറും വെളിച്ചം അകന്നകന്നു പോകുന്നപോലെ.

സൂര്യനുദിച്ച് വൈദ്യുത വെളിച്ചങ്ങൾ കെട്ടുപോയപ്പോൾ അകലെ ചെറിയൊരു പട്ടണത്തിന്റെ എടുപ്പുകൾ കാണായി. വെയിൽ മൂത്തുതുടങ്ങിയപ്പോഴാണ് ഉറക്കച്ചടവുള്ള കണ്ണുകളുമായി പട്ടണപ്രവേശം നടത്താനായത്.

തങ്ങൾ വഞ്ചിക്കപ്പെട്ടെന്ന് മനസ്സിലാക്കാൻ *നാടോടിക്കാറ്റെ*ന്ന സിനിമയിലെ ദാസനും വിജയനും എടുത്ത സമയം പോലും അവർക്ക് വേണ്ടി

വന്നില്ല.

അത് ഹാഇൽ പട്ടണമായിരുന്നു. റിയാദിലേക്ക് പിന്നേയും 600 കിലോമീറ്റർ ബാക്കി! മനസ്സും ശരീരവും തളർന്നു. ഹജ്ജിനും വഞ്ചകനായ ഡ്രൈവർക്കും ചെലവായത് കഴിച്ച് കൈയിൽ ബാക്കിയുണ്ടായിരുന്നത് വളരെ കുറച്ചു പണം. റിയാദ് സ്വപ്നം മാത്രമാകുമോ എന്ന ആശങ്കയിലായി.

ആദ്യം കണ്ട കടയിൽ കയറി കണ്ണിൽ കണ്ടതെല്ലാം കഴിച്ച് വിശപ്പകറ്റി. കടത്തിണ്ണയിലിരുന്നും കിടന്നും ക്ഷീണം ഉറങ്ങിത്തീർത്തു. ഉണർന്നപ്പോൾ ഹാഇലിൽ തന്നെ തൊഴിൽ അന്വേഷിച്ചാലെന്തെന്നായി. ഹാഇൽ മുനിസിപ്പാലിറ്റിയിൽ ജോലി കിട്ടിയേക്കുമെന്ന് ആരോ പറഞ്ഞു. പിൽഗ്രിം പാസ്പോർട്ടുള്ളവർക്ക് പണിയില്ലെന്ന് അധികൃതർ പുറത്തേക്ക് വിരൽ ചൂണ്ടി.

എന്തുചെയ്യണമെന്നറിയാതെ തളർന്നിരിക്കുമ്പോൾ മുന്നിൽ മറ്റൊരു ടാക്സി ഡ്രൈവർ. സൗദി പൗരനായ അയാൾ നല്ല മനുഷ്യനായിരുന്നു. റിയാദിലെത്തിക്കാൻ 300 റിയാലേ ചോദിച്ചുള്ളൂ. നുള്ളിപ്പെറുക്കിയപ്പോൾ എല്ലാ കൈകളിലും കൂടി അത്രയുമുണ്ടായിരുന്നു.

തങ്ങളുടെ കഥ കേട്ടപ്പോൾ മനസ്സലിഞ്ഞ ആ നല്ല മനുഷ്യൻ നേരായ വഴിയിലൂടെ തന്നെ റിയാദിലെത്തിച്ചു. ബത്ഹയ്ക്ക് സമീപം ഗസാൻ സ്ട്രീറ്റിലെ പൊലീസ് എയ്ഡ് പോസ്റ്റിലെത്തിച്ച് അദ്ദേഹം ഇവർ പാവങ്ങളാണെന്നും ശിക്ഷിക്കരുതെന്നും തൊഴിൽ കണ്ടെത്തി കൊടുക്കാൻ സഹായിക്കണമെന്നും പൊലീസ് മേധാവിയോട് കെഞ്ചി.

പൊലീസുകാർക്കും അനുകൂല ഭാവമായിരുന്നു. അന്ന് രാത്രി അവരോടൊപ്പം കഴിഞ്ഞു. പിറ്റേദിവസം റിയാദ് മുനിസിപ്പാലിറ്റിയിൽ ശുചീകരണ ജോലി കരാറെടുത്ത അൽജസീറ ക്ലീനിങ് കമ്പനിയിൽ കൊണ്ടുചെന്നാക്കി. ആയിരം റിയാൽ ശമ്പളം. ആശ്വാസമായി. എന്നാൽ രണ്ടാഴ്ച തികയും മുമ്പ് ആ സമാധാനത്തിന്റെ കാറ്റുപോയി. കമ്പനിക്ക് മുനിസിപ്പാലിറ്റിയുടെ കരാർ നഷ്ടപ്പെട്ടു. വീണ്ടും തൊഴിൽരഹിതരായി.

ബത്ഹയിൽ സൗദി ടെലികമ്മ്യൂണിക്കേഷൻ വകുപ്പിൻെറ ബഹുനില കെട്ടിടനിർമ്മാണത്തിലായി അടുത്ത ഊഴം. ഹെൽപർ. കല്ലും കട്ടയും ചുമക്കണം. ഭൂമിക്കടിയിലും മുകളിലുമായി ഏഴുനില വീതമുള്ള വിസ്മയം ജനിപ്പിക്കുന്ന നിർമ്മാണം. ടെലികമ്മ്യൂണിക്കേഷന്റെ രാജ്യത്തെ ആസ്ഥാന കേന്ദ്രം. കനത്ത സുരക്ഷാവലയത്തിനുള്ളിലാണ് നിർമ്മാണപ്രവർത്തനങ്ങൾ.

മുഴുവൻ ഉപകരണങ്ങളും മറ്റ് സാങ്കേതിക സൗകര്യങ്ങളും നിറയ്ക്കാൻ വേണ്ടിയുള്ള കെട്ടിടങ്ങളാണ്. അവിടുത്തെ ജോലി കടുപ്പം നിറഞ്ഞതായിരുന്നെങ്കിലും മാസം തികയുമ്പോൾ കിട്ടിയിരുന്ന ശമ്പളത്തിന്റെ നിറവ് വലിയ ആശ്വാസമേകി.

എന്നാൽ അതിനും അധികം ആയുസ്സുണ്ടായില്ല. മാസം ഒൻപത് തികഞ്ഞില്ല, അപ്പോഴേക്കും സൗദി ആഭ്യന്തര മന്ത്രാലയത്തിൻെറ കല്ലേ

പ്പിളർക്കുന്ന ഉത്തരവിറങ്ങി. കേട്ടറിഞ്ഞപ്പോൾ നെഞ്ചിൽ പെരുമ്പറ മുഴങ്ങി.

"ഇന്ത്യയിൽനിന്ന് ഹജ്ജ് യാത്രക്കാരേയും കൊണ്ടുവന്ന കപ്പലുകളിൽ ഒന്നൊഴികെ എല്ലാം ആളൊഴിഞ്ഞാണ് മടങ്ങിയതെന്ന് അറിയുന്നു. അവയിൽ വന്നവരെല്ലാം തീർത്ഥാടനത്തിനിടയിൽ മുങ്ങി അനധികൃതമായി രാജ്യത്ത് തുടരുകയാണെന്നും മനസ്സിലാക്കുന്നു. അന്വേഷണം നടത്തി എല്ലാറ്റിനെയും പിടികൂടി മതിയായ ശിക്ഷകൊടുത്ത് തിരിച്ചയക്കണം"

കണ്ണിൽ കാണുന്നവരെയെല്ലാം പൊലീസും ജവാസാത്തും പിടികൂടാൻ തുടങ്ങി. പുറത്തിറങ്ങാതെ മാളങ്ങളിൽതന്നെ പതുങ്ങിയിരിപ്പായി.

ഫൈസൽ രാജാവിൻെറ വധത്തിനുശേഷം ഖാലിദ് രാജാവ് അധികാരമേറ്റതേയുണ്ടായിരുന്നുള്ളൂ. കാരുണ്യവാനായ അദ്ദേഹം 1978 ൽ രാജകാരുണ്യം പ്രഖ്യാപിച്ചു. ഹജ്ജ് വിസയിൽവന്ന് അനധികൃതരായി കഴിയുന്നവർക്കെല്ലാം പൊതുമാപ്പ്. പകരം എല്ലാവർക്കും തൊഴിൽ വിസ നല്കാൻ ഉത്തരവ്. 44 എന്ന നമ്പർപ്രകാരമുള്ള വിസ. ആ നമ്പർ എന്താണെന്നൊന്നും അബൂഹാജിക്കറിയില്ല. ഖാലിദ് രാജാവിൻെറ 44-ാം നമ്പർ വിസ എന്നാണ് അതറിയപ്പെട്ടതെന്ന് മാത്രം ഓർമ്മയുണ്ട്.

രാജ്യത്ത് തൊഴിൽ ചെയ്ത് ജീവിക്കാൻ താല്പര്യമുള്ള എല്ലാ നിയമലംഘകരും തങ്ങൾക്ക് പറ്റിയ സ്പോൺസറെ ഉടൻ കണ്ടെത്താൻ ഗവൺമെന്റ് നിർദ്ദേശിച്ചു. പിൽഗ്രിം പാസ്പോർട്ട് റദ്ദാക്കണമെന്നും പകരം പുതിയ പാസ്പോർട്ട് നേടി വിസ പതിക്കാൻ നല്കണമെന്നും നിബന്ധനയായി.

ആദ്യം ഒരു തൊഴിൽദാതാവിനെ കണ്ടെത്തണം. അത് വലിയ പ്രയാസങ്ങളില്ലാതെ സാധിച്ചു. സുലൈമാൻ അബ്ദുൽ മുഹ്സിൻ അബാനമിയെന്നായിരുന്നു അദ്ദേഹത്തിൻെറ പേര്. റിയാദിലെ ബത്ഹയ്ക്ക് സമീപം ഓൾഡ് സനാഇയയിൽ ഫാക്ടറി നടത്തുന്ന സമ്പന്നൻ. സൗദിയിലെ ആദ്യത്തെ സ്പോഞ്ച് നിർമ്മാണക്കമ്പനി. ഫാക്ടറിക്കുള്ളിൽ ലേബർ ജോലി. 1,000 റിയാൽ ശമ്പളം. അന്ന് 1,000 ഇന്ത്യൻ രൂപയ്ക്ക് 410 റിയാൽ വേണം.

ജിദ്ദയിലുള്ള ഇന്ത്യൻ എംബസിയിൽ പോയി പിൽഗ്രിം പാസ്പോർട്ട് റദ്ദാക്കാൻ നല്കണം. പകരം പുതിയ പാസ്പോർട്ട് തരപ്പെടുത്തണം. അതിനാവശ്യമായ സമ്മതപത്രവും വിമാനടിക്കറ്റും നല്കി സ്പോൺസർ ജിദ്ദയിലേക്ക് യാത്രയാക്കി. 14 ദിവസംകൊണ്ട് പാസ്പോർട്ട് കിട്ടി. തിരിച്ചെത്തി തൊഴിൽ വിസ പതിച്ച് നിയാമനുസൃത കുടിയേറ്റ തൊഴിലാളിയായി.

1984 ഒക്ടോബർ 31, ഇന്ത്യക്ക് ഒരിക്കലും മറക്കാനാവാത്ത ദിവസം. ഇന്ത്യയുടെ കരുത്തുറ്റ വനിതാപ്രധാനമന്ത്രി ഇന്ദിരാഗാന്ധി വെടിയേറ്റു വീണ് രക്തസാക്ഷിയായ കറുത്തദിനം. തന്റെ ജീവിതത്തെ മറ്റൊരു തരത്തിലാക്കിയ ദിനം കൂടിയാണ് അബൂഹാജിക്ക് അത്. സഹപ്രവർത്ത

കനായ സ്വദേശി യുവാവുമായി വെറുതെ മൽപ്പിടിത്തം നടത്തി കളിക്കുന്നതിനിടയിൽ തെന്നിവീണ് കാലിലെ അസ്ഥി മൂന്നായി ഒടിഞ്ഞു നുറുങ്ങി.

റിയാദ് നാഷണൽ ആശുപത്രിയിൽ ചികിത്സ. വേദനകൊണ്ട് പുളയുമ്പോൾ ആശ്വസിപ്പിച്ച ഇന്ത്യൻ ഡോക്ടർമാർ പറഞ്ഞാണ് ഇന്ദിരാഗാന്ധിയുടെ വധത്തെക്കുറിച്ചറിഞ്ഞത്. തന്റെ ജീവിതത്തിലെ വേദനാകരവും പിന്നീട് ആഹ്ലാദകരമായ മാറ്റത്തിന് കാരണവുമായ കാലൊടിവിനെ ഓർമ്മയിൽ വെക്കാൻ അങ്ങനെയൊരു ചരിത്രമൂഹൂർത്തത്തെ ചുളുവിൽ കിട്ടി.

ഒന്നരലക്ഷം റിയാലാണ് ആശുപത്രിയിൽ ചെലവായത്. എല്ലാം നല്ലവനായ തൊഴിലുടമ നല്കി. മാസങ്ങൾക്കുശേഷം ഫാക്ടറിയിൽ തിരിച്ചെത്തിയപ്പോൾ ദുർബ്ബലമായ കാലുകൊണ്ട് ഫാക്ടറിപ്പണി പറ്റില്ലെന്ന് മനസ്സിലാക്കി സ്പോൺസർ തന്നെ ജോലിക്കയറ്റം നല്കി. ഓഫീസ് ബോയിയാക്കി. വർഷങ്ങൾക്കുശേഷം സെക്യൂരിറ്റി ഉദ്യോഗസ്ഥനാക്കി കൂടുതൽ ഉയർച്ച നല്കി. പദവിയിൽ മാറ്റം വന്നെങ്കിലും ജോലിസ്ഥലത്തിനും താമസസ്ഥലത്തിനും മാറ്റം വന്നില്ല.

1978 മുതൽ 2013 ഒക്ടോബർ വരെ നീണ്ട 35 വർഷം ഒരേ സ്ഥലത്ത് ഒരേ തൊഴിലുടമയ്ക്ക് കീഴിൽ ജോലിക്കാരനായി. പ്രവാസത്തിൽ അതൊരു അപൂർവ്വ ചരിത്രമാണ്. 4,000 റിയാലായിരുന്നു ഒടുവിലത്തെ ശമ്പളം.

പ്രവാസം തുടരാൻ തടസ്സമൊന്നുമുണ്ടായിട്ടല്ല അതവസാനിപ്പിക്കാൻ തീരുമാനിച്ചത്. തന്നെ താനാക്കിയ സ്പോൺസർ സുലൈമാൻ ഇഹലോകവാസം വെടിഞ്ഞു. അദ്ദേഹമില്ലാത്ത കമ്പനിയിൽ ഇനി വയ്യെന്നു തോന്നി.

കമ്പനിയുടെ ചുമതലയേറ്റെടുത്ത അദ്ദേഹത്തിൻെറ മക്കൾക്ക് തന്നോട് വലിയ സ്നേഹമാണ്. അവർ സ്നേഹബുദ്ധ്യാ നിർബ്ബന്ധിച്ചു. ബാബയില്ലാത്ത ഫാക്ടറിയിൽ തനിക്കിനി വയ്യെന്ന് തീർത്തുപറഞ്ഞപ്പോൾ അവർ മനസ്സില്ലാമനസ്സോടെ ആ പഴയ 44-ാം നമ്പർ വിസയ്ക്കുമേൽ എക്സിറ്റ് പതിച്ചു.

നാട്ടിലേക്ക് പോകും മുമ്പ് തൻെറ ജീവിതം വിവരിക്കാൻ ഈ ലേഖകൻെറ ഓഫീസിൽവന്ന അബൂഹാജി ഒടുവിൽ പിരിയുമ്പോൾ പറഞ്ഞത്:

"നാട്ടിൽ സഹോദരങ്ങൾക്കും രണ്ട് ഭാര്യമാരും എട്ടുമക്കളുമുള്ള കുടുംബത്തിനും നല്ല ജീവിതം നല്കാൻ ആയുസ്സിന്റെ നേർപകുതി കവർന്ന പ്രവാസം കൊണ്ടായിട്ടുണ്ട്. എന്നാൽ വിശ്രമിക്കാറായിട്ടില്ല. ബാക്കികിടക്കുന്ന ജീവിതദൂരം തുഴയാൻ എന്തെങ്കിലും പണിയെടുത്തേ കഴിയൂ. അറിയില്ല, ഇനിയൊരു മൂന്നാം പുറപ്പാട് വേണ്ടിവരുമോയെന്ന്...!"

അർദ്ധോക്തിയിൽ നിർത്തി യാത്ര പറഞ്ഞ് അബൂഹാജി വിമാനം കയറി.

അൽഗിസൈസിലെ വിരുന്നുകാരൻ

അൽഗിസൈസ്.

ടർ റോഡെന്ന ഒറ്റ ഞരമ്പിലൂടെ സൗദി നാഗരിക ജീവിതവുമായി ബന്ധം സ്ഥാപിച്ച് ജീവസന്ധാരണം നടത്തുന്ന ആയിരക്കണക്കിന് മരുഭൂ ഗ്രാമങ്ങളിലൊന്ന്. നോക്കെത്താദൂരത്തോളം പരന്നുകിടക്കുന്ന മരുഭൂമി കൾക്കിടയിൽ കൂണുകൾ പൊടിഞ്ഞതു പോലെ കുമ്മായം പൂശിയ എ ടുപ്പുകൾ. കുറെ വീടുകളും അനുബന്ധ സൗകര്യങ്ങളും ചേർന്ന ആ ജനവാസകേന്ദ്രമാണ് അൽഗിസൈസിന്റെ ഹൃദയം.

അൽസഹൈലിയെന്ന ബദൂവിയൻ ഗോത്രക്കാരായ 15 കുടുംബങ്ങ ളാണവിടെ താമസം. പിന്നെ ഒന്നുരണ്ടു പള്ളിയും സ്കൂളും. ഗ്രാമത്തിലെ ഉയരം കൂടിയ എടുപ്പുകളാണ് ഇവ രണ്ടും. ഗ്രാമത്തലവനായ അമീർ ഗാലം ഇമ്മനാഹി അൽസഹൈലിയുടെ വീടിനുപോലും അത്ര ഉയരമില്ല.

എന്നാൽ അൽഗിസൈസിലെത്തുന്ന ഒരാളെ ഇതൊന്നുമായിരിക്കില്ല ആദ്യ കാഴ്ചയിൽ സ്വാഗതം ചെയ്യുക. ഗ്രാമത്തിൻെറ ഒത്തനടുക്ക് അയാ ളുണ്ടാവും. പത്തനംതിട്ട ജില്ലയിലെ പുല്ലാട്ടുകാരൻ മാത്യു വർഗ്ഗീസ്. അന്നാട്ടിലെ ഏക പരദേശി. പച്ചപ്പ് നിറഞ്ഞ തൻെറ ജന്മനാടിനേക്കാൾ ഈ വരണ്ട ഗ്രാമത്തെ സ്നേഹിക്കുന്നവൻ.

ഒരു വ്യാഴവട്ടം മുമ്പ് തല മുതിർന്ന നാട്ടുപൗരൻ മുഹമ്മദ് റാശിദിൻെറ ഹൗസ് ഡ്രൈവർ ജോലിക്ക് റിയാദിൽ വിമാനമിറങ്ങി 135 കിലോമീറ്റർ വടക്കുപടിഞ്ഞാറേക്ക് യാത്രചെയ്ത് ഇവിടെയെത്തിയവൻ.

പള്ളിയും പള്ളിക്കൂടവും കഴിഞ്ഞാൽ ഗ്രാമത്തിലെ പ്രധാനപ്പെട്ട മറ്റൊരു പൊതുസ്ഥാപനം അയാൾ നടത്തുന്ന ബഖാല (പലവ്യഞ്ജന കട) യാണ്.

മക്കൾ വലുതായി വാഹനമോട്ടാൻ ആളുവേണ്ടാതായപ്പോൾ കഫീ ലിന്റെ (തൊഴിലുടമയുടെ) ഉദാര മനസ്കതയുടെ സമ്മാനം.

വളയം പിടിച്ച കൈകളിൽ ഒരു നാടിൻെറ സമസ്താവശ്യങ്ങൾക്കുമുള്ള വ്യാപാര സ്ഥാപനത്തിൻെറ കടിഞ്ഞാൺ. കുടിവെള്ളം വേണമെങ്കിൽ പോലും മാത്യു കൊടുക്കണം എന്ന അവസ്ഥയിൽ കട പെട്ടെന്ന് പച്ചപിടിച്ചു. അൽഗിസൈസിൻെറ ഹൈപ്പർമാർക്കറ്റെന്നു വിളിച്ചുപോയാൽ തെറ്റുപറയാത്ത അവസ്ഥയിലെത്തി.

12 വർഷത്തിനിടെ ആകെ നാലു തവണ മാത്രമാണ് നാട്ടിൽ പോകാനായത്. സഹധർമ്മിണി അച്ചാമ്മയും മക്കളായ ബ്ലസിയും ബിൻസിയും ബെക്സിയും അവിടെ തനിച്ചാണ്. ബി എസ് സി നഴ്സിങ്ങുകാരിയായ ബ്ലസിയുടേയും ജനറൽ നഴ്സിങ്ങുകാരിയായ ബിൻസിയുടെയും പഠനത്തിനാവശ്യമായ പണം കണ്ടെത്തലായിരുന്നു ആദ്യ ലക്ഷ്യം.

പഠനം കഴിഞ്ഞപ്പോൾ അവരുടെ വിവാഹമായി അടുത്ത ലക്ഷ്യം. എന്നാൽ, നാട്ടിലേക്കുള്ള യാത്രകൾക്കിടയിലെ ഇടവേളകൾ ദീർഘിക്കാൻ ഇവ മാത്രമായിരുന്നില്ല കാരണം. ഉപ്പുമുതൽ കുടിനീര് വരെ അൽഗിസൈസിലെ ജനജീവിതത്തിനാവശ്യമായതെല്ലാം പ്രദാനം ചെയ്യുന്ന 'ഹൈപ്പർ മാർക്കറ്റ്' കുറച്ചുനാളത്തേക്കെങ്കിലും അടച്ചിട്ടുപോകാൻ വിമ്മിട്ടമുണ്ടായിരുന്നു.

ഗ്രാമവാസികൾക്ക് കൂടപ്പിറപ്പിനെപ്പോലെയാണ് മാത്യു. അവർ സ്നേഹപൂർവ്വം വിളിക്കുന്ന പേര് ഇബ്രാഹിമെന്നാണ്. അൽഗിസൈസുകാരായ അവരിൽ പെട്ടവനല്ല താനെന്ന് മാത്യുവിനോ അന്യദേശിയും മറ്റൊരു മതവിശ്വാസിയുമാണ് മാത്യുവെന്ന് അവർക്കോ തോന്നലുകളില്ല.

കുരുത്തക്കേട് കാട്ടുന്ന അന്നാട്ടിലെ കുട്ടികളെ തല്ലാനും ശാസിക്കാനുംവരെ അവിടുത്തെ 'ബാബ'മാർ മാത്യുവിന് സ്വാതന്ത്ര്യം കൊടുത്തു. വെള്ളിയാഴ്ചകളിൽ അവരോടൊപ്പം പള്ളിയിൽ പോകും. റമദാനിൽ വ്രതമനുഷ്ഠിക്കും.

ഇതിനിടയിൽ കടയിലേക്കാവശ്യമായ സാധനങ്ങളെടുക്കാൻ 35 കിലോമീറ്ററകലെയുള്ള ദുർമ പട്ടണത്തിലേക്ക് പോകുമ്പോൾ മാത്രമാണ് മലയാളിയാകുന്നത്. അവിടെ കാണാൻ കിട്ടുന്ന മലയാളികളോട് കൊതി തീരെ മലയാളത്തിൽ സംസാരിക്കും. കൂടെ മലയാള പത്രവും വാങ്ങി അൽഗിസൈസിലേക്ക് തിരിക്കും. പിന്നെ പത്രവാർത്തകളോടാണ് മാതൃഭാഷയിലുള്ള സല്ലാപം. സൗദിയിലെത്തിയ കാലം മുതലുള്ള ശീലമാണ്.

റമദാനിലെ ഓരോ ബാങ്കൊലിക്കും ഒരു പ്രത്യേക മധുരമാണ്. പള്ളിയിൽനിന്ന് ഓരോ തവണ ദൈവത്തിൻെറ മഹത്ത്വമുദ്ഘോഷിച്ച് വിളിയുയരുമ്പോഴും അതിൽ ശ്രദ്ധയൂന്നാൻ കഴിയുന്നത് റമദാൻ കാലത്താണ്. നിശ്ശബ്ദതയുടെ മഹാ ഇടവേളകൾക്കിടയിൽ ഗ്രാമത്തിലുയർന്നു കേൾക്കുന്ന ഏക ശബ്ദമാണ് ദൈവാരാധനയിലേക്കുള്ള ആ വിളി. റമദാനിൽ മഗ്രിബിൻെറ ബാങ്കിനാണ് മാധുര്യം കൂടുതൽ.

അൽഗിസൈസിൻെറ നാലും കൂടിയ കവലയിൽനിന്ന് ഒന്ന് വട്ടം കറങ്ങിയാൽ കാണുന്നത്ര വീടുകളിലൊന്നിലാവും അന്നത്തെ സായാഹ്ന വിരുന്ന്. ആകെ 15 കുടുംബങ്ങൾ, 15 വീടുകൾ.

റമദാൻ ചന്ദ്രിക ശവ്വാൽ ചന്ദ്രികയ്ക്കുവേണ്ടി മാഞ്ഞുതീരുന്നതിനിടയിൽ ഒരു വീട്ടിൽ രണ്ടു തവണ ഇഫ്ത്താർ വിരുന്നിന്റെ സുപ്ര നിവർന്നു മടങ്ങും.

ആദ്യ ദിവസത്തെ ഇഫ്ത്താർ വിരുന്ന് അമീറിന്റെ (ഗ്രാമത്തലവന്റെ) വീട്ടിലാണ്. പെരുന്നാളിൻെറ തലേ ദിവസത്തെ ഇഫ്ത്താറും അവിടെയായിരിക്കും. ഊഴമിട്ട് ഓരോ വീട്ടിലെയും വിരുന്നുകളിൽ ഗ്രാമവാസികൾ എല്ലാവരും ഒന്നിച്ചു പങ്കെടുക്കും.

മുതിർന്ന ആണുങ്ങളെല്ലാം കൂടി ഒരു അറുപത്, അറുപത്തഞ്ച് പേരുണ്ടാവും. 150 ഓളമാണ് ഗ്രാമത്തിലെ മൊത്തം ജനസംഖ്യ. ആണുങ്ങളെല്ലാം വിരുന്നു നടക്കുന്ന വീട്ടിലെ മജ്‌ലിസിൽ വട്ടം കൂടിയിരിക്കും. അവരിലൊരാളായി അനറബിയായ താനും. വിശേഷപ്പെട്ട ഒരു അതിഥിയെപ്പോലെ അവർ തന്നെ ഊട്ടും. 12 വർഷത്തെ റമദാൻ അനുഭവങ്ങളിൽ ഒരു മാറ്റവും ഇടമുറിയലും ഉണ്ടായിട്ടില്ല.

ഏതെങ്കിലും വീട്ടിലെ ഇഫ്ത്താറിനെത്താനായില്ലെങ്കിൽ ആ വീട്ടുകാരൻ പിണങ്ങും. ഉറ്റവരുടെ പിണക്കം താല്ക്കാലികമാണെങ്കിലും അതുപോലും സഹിക്കാനാവില്ല. അതിനാൽ മസ്ജിദിൽനിന്ന് മഗ്‌രിബ് ബാങ്കൊലി കേൾക്കുന്നതിന് മുമ്പ് തന്നെ വിരുന്ന് നടക്കുന്ന വീട്ടിൽ ആർക്കും മുമ്പേ ഹാജരാവും. വിഭവസമൃദ്ധമാണ് നോമ്പുതുറ. ഗഹ്‌വ, തമർ, ഷോർബ, കഫ്സ, ബുർത്തുഗാൽ, തുഫ, സമാം, അസീറാത്ത്, സമൂസ, ലബൻ അങ്ങനെ പോകുന്നു വിഭവങ്ങളുടെ നീണ്ടനിര.

വിശ്വാസികളുടെ ആഘോഷമായ റമദാൻ ആ ബദൂവിയൻ ഗ്രാമത്തിനും ഉത്സവകാലമാണ്. ഗ്രാമവാസികളുടെ എല്ലാ ആഘോഷവും റമദാനിൽ കേന്ദ്രീകരിക്കും. അകലെയുള്ള റിയാദ് നഗരത്തിലൊക്കെ പോയി ആഘോഷപൂർവ്വം ഷോപ്പിങ് നടത്തും.

റമദാൻ തുടങ്ങുമ്പോൾ തന്റെ ഹൈപ്പർമാർക്കറ്റ് അവിടെയുള്ളതായിപോലും ഗ്രാമവാസികൾ നടിക്കില്ല. റിയാദിൽനിന്നും മറ്റുമായി അവർ കൊണ്ടുവരുന്ന സാധനങ്ങൾ 10 ദിവസം കഴിയുമ്പോൾ തീരുമെന്ന് അറിയാഞ്ഞിട്ടല്ല. സാധനങ്ങൾ തീർന്നുതുടങ്ങുമ്പോൾ അവർ പതിയെ കടയിലേക്ക് വരാൻ തുടങ്ങും. അതനുസരിച്ച് കൂടുതൽ സാധനങ്ങളെടുത്ത് കട സമൃദ്ധമാക്കിയിട്ടുണ്ടാവും അപ്പോഴേക്കും മാത്യു.

റമദാനിലെ പകലിൽ ഉച്ച കഴിഞ്ഞാണ് കട തുറക്കുക. മഗ്‌രിബിന് അര മണിക്കൂർ മുമ്പേ അടയ്ക്കും. പിന്നെ വിരുന്നു നടക്കുന്ന വീട്ടിലേക്ക്.

രാത്രിയിൽ ഗ്രാമമുണരും. മറ്റുള്ള മാസങ്ങളിൽ കാണാത്ത ഉണർവ്വാണ് റമദാനിൽ. മരുഭൂമിയുടെ ശ്മശാന നിശ്ശബ്ദതയാണ് പകലെങ്കിൽ രാവ് നാഗരികമായ ബഹള നിറവിലേക്കാണുരുന്നത്. ജീവിതത്തിൽ ഇനിയെത്ര റമദാൻ കാലങ്ങളുണ്ടായാലും അതെല്ലാം ഈ ഗ്രാമത്തോടൊപ്പമായിരുന്നെങ്കിലെന്ന് ആശിച്ചുപോകുന്നത്ര ഹൃദയം നിറയുന്ന സ്നേഹ വാത്സല്യങ്ങളാണ് അവർ ചൊരിയുന്നത്. അത്രമേൽ സ്നേഹിച്ചുപോകുകയാണ് ഈ പരദേശിയും അവരെ.

മൂർഖൻ കൊതിച്ച അവാർഡ് ഞാഞ്ഞൂലിന് കിട്ടിയപ്പോൾ

പത്രപ്രവർത്തനത്തിൽ 'പാര'കൾ കാലിനടിയിൽ പതുങ്ങിക്കിടക്കുന്ന പാമ്പുകളാണെന്ന് ഇതിന് മുമ്പ് ആരെങ്കിലും രേഖപ്പെടുത്തിയിട്ടുണ്ടോ എന്നറിയില്ല. തൊട്ടടുത്തിരിക്കുന്ന സഹപ്രവർത്തകനോ തൊട്ടുമുകളിലുള്ള സീനിയറോ ഓർക്കാപ്പുറത്ത് പത്തി വിടർത്തിയാടും.

പാവം ഒരു പ്രവാസി മലയാളി, തന്റെ സാമൂഹിക പ്രവർത്തനത്തിന്റെ ഭാഗമായി നടത്തിക്കൊണ്ടിരുന്ന മാധ്യമ പ്രവർത്തനത്തിന് ചാനലിലെ സ്വന്തം ചീഫ് തന്നെ കുഴിതോണ്ടിയ കഥയാണിത്.

കേട്ട കഥയിലെ കഥാപാത്രങ്ങളെല്ലാം ജീവിച്ചിരിക്കുന്നവരായതിനാൽ പേരുകളെല്ലാം മായ്ച്ചുകളഞ്ഞ് ബാക്കി ഇവിടെ പകർത്തിവെക്കുന്നു. അറിയേണ്ടവർ പേരും നാളുമില്ലെങ്കിലും അറിഞ്ഞോളും. അല്ലാത്തവർക്കിതൊരു അസൂയയുടെയും കുശുമ്പിന്റെയും രസമുള്ള 'അറബിക്കഥ'യും.

'ചീഫ്' എന്ന 'മൂർഖൻ' പിണങ്ങാനൊരൊറ്റ കാരണമേ ആ പാവത്താന്റെ ഓർമ്മയിലുള്ളൂ, മൂർഖൻ കൊതിച്ച മാധ്യമ അവാർഡ് 'ഞാഞ്ഞൂലി'ന് കിട്ടി. മനപ്പൂർവ്വം തട്ടിയെടുത്തതൊന്നുമല്ല. തികച്ചും അപ്രതീക്ഷിതമായി പൊട്ടന് ലോട്ടറി അടിച്ചെന്ന പോലെ കിട്ടിയതാണ്.

സൗദി അറേബ്യയുടെ അങ്ങ് വടക്കേ മുനമ്പിലൊരു ചെറുപട്ടണത്തിലാണ് കഥാനായകൻ ജീവിക്കുന്നത്. കോഴിക്കോട്ടുനിന്ന് പത്തിരുപത് കൊല്ലംമുമ്പ് ഒരു തൊഴിൽ വിസയുടെ കച്ചിത്തുരുമ്പിൽ തൂങ്ങി കുടിയേറ്റം നടത്തിയയാൾ. അറബിനാട്ടിൽ പലവ്യഞ്ജനക്കട നടത്തിയാണ് ഉപജീവനം. ഒരു രാഷ്ട്രീയപാർട്ടിയോടും ആശയത്തോടുമൊപ്പം വളർന്ന കൗമാര യൗവനകാലം. അതുകൊണ്ടു തന്നെ സാമൂഹിക പ്രവർത്തനം തലയ്ക്കുപിടിച്ചുപോയി. പലവ്യഞ്ജനക്കടയിലെ തിരക്കുകൾക്കിട

യിലും ആ ചെറുപട്ടണത്തിലെ 'ഠാവട്ടം' പ്രവർത്തനമണ്ഡലമാക്കി സാമൂഹിക പ്രവർത്തനത്തിൽ മുഴുകി.

നാട്ടിൽ വെച്ചേ കുറച്ചു എഴുത്തുരോഗവുമുണ്ടായിരുന്നതുകൊണ്ട് തന്റെ 'ഠാവട്ട'ത്തിൽ നടക്കുന്നതൊക്കെ വാർത്തയാക്കി സ്വാധീന മേഖലയിലുള്ള പത്രങ്ങൾക്ക് അയച്ചുകൊടുക്കലും അടിച്ചുവരുമ്പോൾ കണ്ട് നിർവൃതിയടയലുമൊക്കെയായി കഴിഞ്ഞുപോകുന്നതിനിടയിലാണ് ഗൾഫിൽനിന്ന് തന്നെ മലയാള ദിനപ്പത്രങ്ങൾ പുറത്തിറങ്ങാൻ തുടങ്ങിയത്. അതോടെ ആ ശരീരത്തിലൊരു പത്രപ്രവർത്തകനും തലനീട്ടി. അത് കണ്ടറിഞ്ഞ് ഒരു പത്രം ആ ചെറുപട്ടണത്തിലെ സ്വ.ലേ ആയി നിയമിക്കുകയും ചെയ്തു.

സാമൂഹിക പ്രവർത്തനത്തിനിടയിൽ കിട്ടുന്ന വറ്റുകൾ കൊണ്ട് പത്രവാർത്തകൾ വെച്ചുവിളമ്പി ജീവിക്കുന്നതിനിടയിലാണ് പാർട്ടിയുമായി ബന്ധമുള്ളവർ ചാനൽ തുടങ്ങിയത്. ചാനലിൽ ദുബായി കേന്ദ്രമാക്കി ഗൾഫ് വാർത്തകൾ തുടങ്ങിയപ്പോൾ നമ്മുടെ സ്വ.ലേ ചാനൽ സ്ട്രിങ്ങറുമായി. ടൂ ഇൻ വണ്ണെന്ന് പറഞ്ഞപോലെ വാർത്തകൾ രണ്ടിടത്തേക്കും ചാനലൈസ് ചെയ്യാൻ തുടങ്ങി. ഒരു പകുതി പ്രജ്ഞയിൽ പത്രവും മറുപകുതി പ്രജ്ഞയിൽ ചാനലും.

ഒരു ഡി വി കാം വാങ്ങി 'ഠാ'വട്ടത്തിലെ വിശേഷങ്ങൾ പകർത്തിയും സ്ക്രിപ്റ്റെഴുതിയും അങ്ങ് ദുബായിലുള്ള ന്യൂസ് ബ്യൂറോയിൽ നിരന്തരം എത്തിച്ചതോടെ ഇവൻ കൊള്ളാമല്ലോ എന്നായി 'ദുഫാ'യി ബ്യൂറോ ശേഖ്.

മരുഭൂമിയിൽ ദുരിതത്തിൽപെട്ട മനുഷ്യരുടെ കഥകൾ പച്ചയായി പകർത്തി അയച്ചുകൊടുത്തപ്പോൾ ബ്യൂറോയിലെ ശേഖ് അത് എരിയും പുളിയും ഉപ്പും പാകത്തിന് ചേർത്ത് തൻെറ വാർത്താധിഷ്ഠിത പ്രതിവാര പരിപാടിയിലൂടെ വിശിഷ്ട ഭോജ്യമായി വിളമ്പി. കൂട്ടത്തിൽ കൊടുത്ത ഒരു 'സ്റ്റോറി' കയറിയങ്ങ് ക്ലിക്കാവുകയും ചെയ്തതോടെ കഥ തന്നെ മാറി. വിസ ഏജന്റിന്റെയും സുഹൃത്തിന്റെയും ചതിയിൽ പെട്ട് മരുഭൂമി കയറേണ്ടിവന്ന, ശ്രീനിവാസന്റെ *അറബിക്കഥ* സ്റ്റൈൽ ദുരിതകഥയിലെ നായകനെക്കുറിച്ചുള്ള സ്റ്റോറിയാണ് ശേഖിനെ പോലും അമ്പരിപ്പിച്ച് തിളങ്ങിയത്.

പ്രതിവാര പരിപാടിയിലെ സ്പെഷ്യൽ സ്റ്റോറിയായി ഹിറ്റാവുകയും അതിന്റെ ഫോളോഅപ്പുകൾ കൂടുതൽ ഹിറ്റാവുകയും ചെയ്തപ്പോൾ 'ദുഫായി' നഗരത്തിലെ പോഷ് ജീവിതത്തിന്റെ ആലസ്യത്തിൽ ഡസ്ക്ടോപ്പ് ജേർണലിസം നടത്തുന്ന ശേഖ് കൊടും മരുഭൂമിയിലെ സ്ട്രിങ്ങറെ ഒട്ടൊരു മനുഷ്യഗന്ധിയായ 'സ്റ്റോറി'കൾക്കായി നിരന്തരം ആശ്രയിക്കാൻ തുടങ്ങി.

ഹിറ്റായ സ്റ്റോറിയിലെ ദുരിതനായകന്റെ മരുഭൂമിയിലലഞ്ഞ 'ജഡപിടിച്ച' ജീവിതത്തെ പിടിച്ചുകൊണ്ടുവന്ന് കുളിപ്പിച്ച് വൃത്തിയാക്കി പത്തിരുപത് വർഷത്തിന് ശേഷം ജന്മനാട് കാണാൻ അവസരമൊരുക്കി

കൊടുത്തതും സാമൂഹിക പ്രവർത്തകനായ ഈ പാവം 'സ്വ.ലേ'യും കൂട്ടരുമാണ്. സോഷ്യൽ ആക്ടിവിസ്റ്റായ ജേർണലിസ്റ്റെന്ന് പറഞ്ഞാൽ 'യഥാർത്ഥ' ജേർണലിസ്റ്റുകൾ പിണങ്ങിക്കളയുമോ എന്ന് പേടിച്ച് 'സ്വ.ലേ' ഒരിക്കലും താനൊരു മാധ്യമ പ്രവർത്തകനാണെന്ന് ആരോടും പറയാൻ ധൈര്യം കാട്ടിയിട്ടില്ല. കിട്ടുന്ന വാർത്തകളൊക്കെ അയച്ചുകൊടുക്കുന്ന ഒരു സാമൂഹിക പ്രവർത്തകൻ എന്നാണ് വിനീത വിധേയന്റെ സ്വയം പരിചയപ്പെടുത്തൽ.

അതെന്തുമാവട്ടെ, ദുരിത നായകനെ നാട്ടിലെത്തിച്ച കഥയും ചേർത്ത് രണ്ടുമൂന്നാഴ്ച വിഭവ സമൃദ്ധമായി വിളമ്പാനുള്ള വിശേഷങ്ങളാണ് തൻെറ ചെറു ഡി വി കാമിൽ ഷൂട്ട് ചെയ്തും റിപ്പോർട്ട് എഴുതിയും സ്വ.ലേ ദുബായിയിലേക്ക് അയച്ചുകൊടുത്തുകൊണ്ടിരുന്നത്.

അതെല്ലാം 'ശേഖി'ന്റെ പ്രതിവാര പരിപാടിയുടെ സാമൂഹിക ഇടപെടലിന്റെ സാക്ഷ്യപത്രവും എക്സ്ക്ല്യൂസീവ് സ്റ്റോറിയുമായി കൊണ്ടാടപ്പെട്ടു. അതിൻെറ പേരിൽ പരിപാടിയുടെ ജീവാത്മാവും പരമാത്മാവുമായ ശേഖ് ഒന്നുകൂടി ഞെളിയുകയും പരിസരത്തുനിന്ന് ചില അവാർഡുകളൊക്കെ തരപ്പെടുത്തുകയും ചെയ്തു. ഇതൊന്നും പാവം സ്വ.ലേ അറിയുന്നുണ്ടായിരുന്നില്ല.

അങ്ങനെയിരിക്കെയാണ് അറബിനാട്ടിലെ ഭൂമിമലയാള മാധ്യമ പ്രവർത്തകരുടെ ഒരു സംഘടന മികച്ച പത്ര, ദൃശ്യമാധ്യമ പ്രവർത്തകർക്ക് അവാർഡ് നല്കാൻ തീരുമാനിച്ചത്. ശേഖും ഏറെ പ്രതീക്ഷകളോടെ മേല്പറഞ്ഞ സ്റ്റോറിയടക്കം അഞ്ച് എൻട്രികൾ ഹാജരാക്കി. ഇതൊന്നും പാവം സ്വ.ലേ അറിയുന്നുണ്ടായിരുന്നില്ല. അയാൾ പല വ്യഞ്ജനക്കച്ചവടത്തിലും സാമൂഹിക, മാധ്യമ പ്രവർത്തനത്തിലും മുഴുകി ജീവിതം തുടർന്നു.

ഒരു ദിവസം താൻ സ്വ.ലേ ആയ പത്രത്തിൽനിന്ന് ഒരു കോൾ. പത്രപ്രവർത്തകരുടെ സംഘടന ഏർപ്പെടുത്തിയ ദൃശ്യമാധ്യമ അവാർഡ് തനിക്കാണെന്ന വിവരം കേട്ട് ആ പാവം ഞെട്ടിപ്പോയി. മാധ്യമ പ്രവർത്തകനെന്ന് നാലാൾ കേൾക്കെ പറയാൻ ഭയക്കുന്ന തനിക്ക് മികച്ച മാധ്യമ പ്രവർത്തകനുള്ള അവാർഡോ?

അവാർഡിനെക്കുറിച്ച് യഥാർത്ഥ സംഘാടകർ തന്നെ നേരിട്ട് വിളിച്ചു പറഞ്ഞപ്പോഴാണ് ഒരു തരത്തിൽ വിശ്വാസമായത്. ചാനലിന്റെ ദുബായ് ചീഫ് ആണ് എൻട്രി നല്കിയതെന്നും മൊത്തം കിട്ടിയ നൂറിലേറെ എൻട്രികൾ പരിശോധിച്ച കേരളത്തിലെ ഏറ്റവും പ്രമുഖരായ മൂന്നു മാധ്യമ പ്രവർത്തകരുൾപ്പെട്ട ജൂറി ഈ സ്റ്റോറിക്കാണ് അവാർഡ് നിശ്ചയിച്ചതെന്നും സംഘാടകർ പറഞ്ഞു.

സ്റ്റോറി പരിശോധിക്കുമ്പോൾ അവാർഡ് പ്രതിവാര പരിപാടിക്കോ അതിൻെറ നിർമ്മാതാവിനോ അല്ല ദുരിത കഥ സ്പോട്ടിൽനിന്ന് റിപ്പോർട്ട് ചെയ്ത ലേഖകന് തന്നെ കൊടുക്കണമെന്ന് ജൂറി തങ്ങളുടെ ജഡ്ജ്മെന്റിൽ പ്രത്യേകം രേഖപ്പെടുത്തിയിരുന്നതാണ് മൂർഖനെ നിരാശപ്പെ

ടുത്തിക്കൊണ്ട് ഞാഞ്ഞൂലിന് അവാർഡ് കൊടുക്കാനിടയാക്കിയത്.

നേരിട്ട് എൻട്രി സമർപ്പിക്കാതിരുന്നിട്ടും ലേഖകനെ തേടിപ്പിടിച്ച് അവാർഡ് നല്കാൻ സംഘാടകരെ പ്രേരിപ്പിച്ചത് ജൂറിയുടെ അസാധാരണവും നീതിപൂർവ്വകവുമായ ഈ നിഷ്കർഷ ആയിരുന്നു. ഇത് ഫോണിൽ കേട്ട് വിശ്വാസമായപ്പോൾ അല്പം ആഹ്ലാദവും ചെറുങ്ങനെ അഭിമാനവുമൊക്കെ തോന്നി. താനറിയാതെയാണെങ്കിലും ധൈര്യത്തോടെ ഇനി മാധ്യമ പ്രവർത്തകനാണെന്ന് പറയാവുന്ന സ്ഥിതിയായല്ലോ എന്നൊക്കെ ഓർത്തൊരു ഞെളിവും.

എന്നാലും ഇതിനവസരം തന്ന 'ദുഫാ'യി ശേഖിനെ വിളിച്ചു വിവരം പറഞ്ഞുകളയാമെന്ന് വിചാരിച്ച് ഡയൽ ചെയ്തു. അങ്ങേത്തലക്കൽ, ശേഖിൻെറ ഒട്ടും പരിചയമില്ലാത്ത പരുക്കൻ ശബ്ദം. അവാർഡോ, എന്ത് അവാർഡ്? ആര്, എന്ത്, ഞങ്ങളൊന്നും അറിഞ്ഞില്ലല്ലോ എന്നൊക്കെയുള്ള ഭാവമാറ്റം.

മറ്റ് ചാനലുകളിലെല്ലാം അവാർഡ് വിവരം സ്ക്രോളിങ്ങായി വരുന്നുണ്ടെന്ന് പറഞ്ഞപ്പോൾ, ഓഹോ, അത് ശരി, നോക്കാം എന്നൊക്കെ പറഞ്ഞ് ഫോൺ വെക്കാനുള്ള ചീഫിൻെറ ധൃതി! അതിനിടയിൽ തനിക്ക് ഇങ്ങനെയൊരു സൗഭാഗ്യത്തിന് അവസരം തന്നതിന് ഓടിച്ചിട്ടൊരു നന്ദി സ്വ.ലേ പാസാക്കി. ചീഫ് മറുപടിയായി ഇരുത്തിയൊന്നു മൂളുകയും ചെയ്തു. അതൊരു ഒന്നൊന്നര മൂളലായിരുന്നെന്ന് സ്വ.ലേ ഇപ്പോഴും ഓർക്കുന്നുണ്ട്.

അന്ന് രാത്രി സ്വന്തം ചാനലിലെ ഗൾഫ് വാർത്തയിൽ അവാർഡ് വിവരം ഒന്ന് തലകാണിച്ചു പോയി. അതോടെ കഴിഞ്ഞു. 25,000 രൂപയും പ്രശസ്തി പത്രവും ഉൾപ്പെടുന്ന അവാർഡ് അതി ഗംഭീര ചടങ്ങിൽ വെച്ച് ഏറ്റുവാങ്ങുന്ന വാർത്ത പത്രങ്ങളായ പത്രങ്ങളിലും ചാനലായ ചാനലുകളിലും വന്നിട്ടും സ്വന്തം ചാനലിൽ വന്നുകാണാനുള്ള ഭാഗ്യം പാവം സ്വ.ലേക്കുണ്ടായില്ല. പിന്നീട് ചീഫോ ചാനലിൽനിന്ന് മറ്റാരെങ്കിലുമോ വിളിച്ചിട്ടേയില്ല. അങ്ങോട്ട് വിളിച്ചിട്ട് ഫോൺ എടുത്തിട്ടുമില്ല. അയച്ച വാർത്തകളൊന്നും സ്വീകരിക്കപ്പെട്ടതുമില്ല.

ചാനലിന്റെ സ്ട്രിങ്ങറന്മാരുടെ ലിസ്റ്റിൽനിന്ന് വെട്ടിയതായി സ്വ.ലേക്ക് ബോദ്ധ്യമായി. പല പ്രധാനപ്പെട്ട വാർത്തകൾ പോലും നിഷ്കരുണം അവഗണിക്കപ്പെട്ടു. ആ ശേഖ് സ്ഥലം മാറിയപ്പോയി പകരം മറ്റൊരു ശേഖ് വന്നിട്ടും കാര്യങ്ങളിൽ മാറ്റമുണ്ടായില്ല. പുതിയ ശേഖിനെ പരിചയപ്പെടാൻ ഒരിക്കൽ വിളിച്ചെങ്കിലും മറുഭാഗത്ത് മൂടിക്കെട്ടിനിന്ന താല്പര്യമില്ലായ്മയുടെ കനമറിഞ്ഞപ്പോൾ ഫോൺ സ്വയം കട്ട് ചെയ്ത് സ്വ.ലേ ഒരു നെടുവീർപ്പിട്ടു.

പഴയ ശേഖ് പുതിയ ശേഖിനോട് താഴെ പറയുന്ന പോലൊരു മുന്നറിയിപ്പ് കൊടത്തിട്ടുണ്ടാവുമെന്നാണ് സ്വ.ലേ ഇപ്പോൾ ഊഹിക്കുന്നത്. 'സൗദി അറേബ്യയുടെ അങ്ങേമൂലക്കൽനിന്ന് ഒരുത്തൻ വിളിക്കും. അവന്റെ ഒരു സഹകരണവും ആവശ്യമില്ല. അവൻ ഭയങ്കരനാണ്. ഞാഞ്ഞൂലല്ല, രാജവെമ്പാലയാണ്, സൂക്ഷിക്കണം.'

മികച്ച മാധ്യമ പ്രവർത്തകനുള്ള അവാർഡ് മാധ്യമപ്പണിതന്നെ കളയിച്ച ആ കഥ പറഞ്ഞ് സ്വ.ലേ വീണ്ടും നെടുവീർപ്പിട്ടു.

ഓർക്കാൻ എനിക്കുമുണ്ട് ഒരു കാരണം

പലനാൾ ഉടക്കിട്ടതിന്ശേഷം മരണവുമായി തിലകൻ ഒത്തുതീർപ്പിലെത്തി. അങ്ങനെയൊന്നിനും പെട്ടെന്ന് വഴങ്ങികൊടുക്കാത്ത അദ്ദേഹം മരണത്തെയും കുറെക്കാലം കളിപ്പിച്ചുനിർത്തി. മരണം വാപൊളിച്ചു നിന്നിടത്തുനിന്നെല്ലാം 'അമ്മ'യോട് വഴക്കിട്ട കുട്ടിയെപ്പോലെ അദ്ദേഹം കുതറിമാറി. അല്ലെങ്കിൽ മരണം അദ്ദേഹത്തെ തൊടാൻ മടിച്ചുനിന്നു.

ആരൊക്കെ വിലക്കിയാലും ഞാൻ അഭിനയിക്കും എന്ന് ദൃഢനിശ്ചയം ചെയ്തതുപോലെ, മരണമേ നിനക്ക് തരാൻ എന്റെ കൈയിലിപ്പോൾ കാൾഷീറ്റില്ലെന്ന് തുറന്നുപറഞ്ഞിരിക്കണം, നേരത്തെ ക്ഷണമെത്തിയിരുന്നപ്പോഴെല്ലാം.

ഏതായാലും അത് സംഭവിച്ചു.

ഇനിയില്ല!

ഒടുവിൽ മരണവുമായി ഒരു സന്ധിയാവാമെന്ന ആലോചനയിൽ ആശുപത്രി കിടക്കയിൽ ശരീരം അവശതപ്പെടുമ്പോഴും അഭിനയത്തെ കുറിച്ച് ആരോ ഒന്നുറക്കെ പറഞ്ഞത് ആ അർദ്ധബോധത്തിൽ ഉണർത്തിയ വലിയ തിരയിളക്കത്തെക്കുറിച്ച് കേട്ടതോർക്കുന്നു.

അഭിനയത്തോടുണ്ടായിരുന്നത് അടങ്ങാത്ത ആർത്തി. അത് നിഷേധിക്കപ്പെടുമ്പോഴാണ് അദ്ദേഹം കലാപകാരിയായി മാറിയിരുന്നത്. നിലപാടുകൾ, വിവാദങ്ങൾ, അതുയർത്തിയ കൊടുങ്കാറ്റുകൾ. അഭിനയത്തിലെ അതേ സൂക്ഷ്മത നിലപാടുകളിലും അഭിപ്രായപ്രകടനങ്ങളിലും പാലിച്ചിരുന്നു. അതുകൊണ്ടാണ് ഒരു തിരുത്തലോ നയമാറ്റമോ അദ്ദേഹത്തിൽനിന്ന് സംഭവിക്കാതിരുന്നത്.

ഏറെ സൂക്ഷ്മതയോടെ, മുന്നൊരുക്കത്തോടെയാണ് കഥാപാത്രങ്ങളിലേക്കുള്ള വേഷപ്പകർച്ചയെന്നപോലെ അഭിപ്രായ പ്രകടനങ്ങളും

അദ്ദേഹം നടത്തുന്നതെന്ന് നേരിട്ട് ബോദ്ധ്യപ്പെടാനൊരു അവസരം ഈ കുറിപ്പുകാരനുണ്ടായി. അഭ്രപാളിക്ക് പുറത്ത് ആദ്യം കണ്ടതും ആദ്യവും അവസാനവുമായി അദ്ദേഹത്തിൻെറ ഒരു വാർത്താസമ്മേളനം റിപ്പോർട്ട് ചെയ്യാൻ അവസരം കിട്ടിയതും 2012 ഫെബ്രുവരിയിൽ റിയാദ് നാടക വേദി ആൻഡ് ചിൽഡ്രൻസ് തിയേറ്ററിന്റെ രണ്ടാം വാർഷികാഘോഷത്തിൽ പങ്കെടുക്കാൻ റിയാദിലെത്തിയപ്പോഴാണ്.

കാരിരുമ്പിൻെറ കരുത്തുറ്റ കഥാപാത്രങ്ങളായി മനസ്സിലെ ആകാശം മുട്ടിനിന്ന ആ മഹാനടന്റെ യഥാർത്ഥ ആകാരം മുന്നിൽ കുറിയ ശരീരമായി മുഖത്തെ നരച്ചരോമങ്ങളുടെ വെൺമയോടൊപ്പം മന്ദഹസിച്ചുനില്ക്കുന്നത് കണ്ടപ്പോൾ വിസ്മയിച്ചുപോയി.

ആരോഗ്യനിലയിലെ അവശത ആ ചെറിയ ശരീരത്തെ ഒന്നുകൂടി ദുർബ്ബലപ്പെടുത്തിയിരുന്നു. വാർത്താസമ്മേളനത്തിനായി ഒരുക്കിയ മേശക്കരുകിലേക്ക് നടക്കുമ്പോൾ ശോഷിച്ച കാലുകളിൽ ആ ശരീരം ഒന്നു വേച്ചിരുന്നോ!

സംസാരിക്കാൻ തുടങ്ങിയപ്പോൾ പക്ഷേ, തിരയിൽ കണ്ട് പരിചയിച്ച ആ തിലകൻ തന്നെയായിരുന്നു ഗാംഭീര്യത്തോടെ മുന്നിലിരുന്നത്. വാർത്താസമ്മേളനമെന്ന കാര്യം പോലും മറന്ന് എല്ലാവരും ആ വലിയ പ്രഭാഷകന്റെ മുന്നിലെ അച്ചടക്കം പാലിച്ച ശ്രോതാക്കളായി. സമയം പോയതറിഞ്ഞില്ല. മധുരമിഠായി അലിഞ്ഞുതീരും വേഗത്തിലാണ് ആ ഒന്നര മണിക്കൂർ തീർന്നത്.

അപ്പോൾ മാത്രമാണ് വന്ന ദൗത്യത്തെക്കുറിച്ചോർമ്മ വന്നത്. പ്രഭാഷണത്തിന്റെ മഴവെള്ളപ്പാച്ചിലിനിടയിൽ തുണ്ടുപേപ്പറുകളിൽ കോരിയെടുക്കാനായതിന്റെയും മൊബൈൽ ഫോണിൽ ശേഖരിക്കാനായ വോയ്സിൻേറയും ധൈര്യത്തിൽ മടങ്ങാനൊരുങ്ങുമ്പോൾ സഹപ്രവർത്തകരിലൊരാൾ ഓർമ്മപ്പെടുത്തി. അതിലുള്ളത് പലതവണ കേട്ടും വായിച്ചും ഉറപ്പുവരുത്തിയിട്ട് മതി കേട്ടോ...!

മേശയ്ക്കപ്പുറം വന്നിരുന്ന തിലകൻ വാർത്താസമ്മേളനം തുടങ്ങുന്നതിന് തൊട്ട് മുമ്പ് ഒരു ചെറിയ ക്യാമറ കൊണ്ട് മുന്നിലിരുന്ന മുഴുവൻ മാധ്യമപ്രതിനിധികളുടേയും ഫോട്ടോയെടുത്തിരുന്നു.

അതെന്തിനാവുമെന്ന സംശയത്തോടെയും കൗതുകത്തോടെയും നോക്കിയിരിക്കുമ്പോൾ അടുത്തിരുന്നയാൾ ചെവിയിൽ പറഞ്ഞു, ഫോട്ടോ മാത്രമല്ല, ശബ്ദം റെക്കോർഡ് ചെയ്യാറുണ്ടെന്നും കേട്ടിട്ടുണ്ട്. പറയാത്ത കാര്യങ്ങൾ ഒന്നും റിപ്പോർട്ട് ചെയ്തുവരാതിരിക്കാനുള്ള മുൻകരുതലാണത്...

ഒരാളുടെ അഭിപ്രായവും നിലപാടും അത്രമേൽ സൂക്ഷ്മതയോടെ പരിപാലിക്കേണ്ടതാണെന്ന ആ നേരറിവ് അദ്ദേഹത്തോടുള്ള ആദരവിനെ വളർത്തി. തെറ്റിക്കാൻ ഒരു ചെറിയ ശ്രമംപോലും ചുറ്റുപാടിൽനിന്നുണ്ടാവരുതെന്ന ആ ജാഗ്രത മാതൃകയാണെന്നും തോന്നി.

ബത്ഹ പുഴയിലെ ഓളങ്ങൾ

ബത്ഹയ്ക്ക് സ്വന്തമായി ഒരു ജീവിതമുണ്ടോ? ഇല്ലെന്ന് ഈ മുക്കൂട്ട പെരുവഴിയിൽ കാണുന്ന ഓരോ ജീവിതവും നിശ്ശബ്ദം പറയുന്നു.

നാലുഭാഗത്തുനിന്ന് വന്നുചേർന്ന് പലഭാഗത്തേക്ക് പിരിഞ്ഞ് ഒഴുകുന്ന വഴികളിൽ മനുഷ്യജീവിതത്തിന്റെ സ്പന്ദനമുണ്ട്. അത് പക്ഷേ, പലരുടെ ജീവിതമാണ്.

ലക്ഷ്യം തേടി ഒഴുകുന്ന മനുഷ്യജീവിതങ്ങൾക്കായി ഉടൽ വിരിച്ച് കിടക്കുന്ന ഒരു പുഴയാണ് ബത്ഹ. സൗദി തലസ്ഥാന നഗരത്തിന്റെ വാണിജ്യകേന്ദ്രം.

ലോകത്തിന്റെ നാനാദിക്കുകളിൽ നിന്നുത്ഭവിച്ച ജീവിതങ്ങൾക്ക് വേണ്ടി ആഴത്തിലും പരപ്പിലും കൈവഴികൾ ഒരുക്കി ഈ വലിയ പുഴ മരുഭൂപരപ്പിലൂടെ ഒഴുകിക്കൊണ്ടിരിക്കുന്നു, പരദേശിയുടെ കനവും നിനവും കണ്ണീരും ചിരിയും ഓളങ്ങളാക്കി.

മരുഭൂമിയിലെ നീരൊഴുക്ക്

മലയാളിയുടെ ഗൾഫ് പ്രവാസം ഖോർഫുക്കാൻ തീരത്ത് നങ്കൂരമിടുന്ന കാലത്ത് ബത്ഹയും ഒരു മണൽക്കാട് മാത്രമായിരുന്നു.

അറബിക്കടലിലൂടെ ഖോർഫുക്കാൻ വഴി പേർഷ്യൻ ഉൾക്കടലിന്റേയും ചെങ്കടലിന്റേയും തീരപ്രദേശങ്ങളിലേക്ക് മലയാളിയുടെ തൊഴിൽ അഭയാർത്ഥിത്വം പരന്നൊഴുകിയപ്പോൾ ദുബായ് പോലെ, മറ്റ് പല മണൽനഗരങ്ങളും പോലെ സൗദി അറേബ്യൻ തലസ്ഥാന നഗരത്തിലും ഒരു പുഴയൊഴുകിത്തുടങ്ങുകയായിരുന്നു.

മനുഷ്യമഹാപ്രവാഹത്തിൻെറ ജലമർമ്മരം ഇവിടെയും ജീവിത

തുടിപ്പുകളുണർത്തി. നൂറിലേറെ രാജ്യങ്ങളിൽ നിന്ന് വന്നവർക്ക് തൊഴിൽ അഭയാർത്ഥിത്വം നല്കിയ ഒരു മഹാരാജ്യത്തിന്റെ ആസ്ഥാന നഗരഹൃദയം അങ്ങനെ ഒരു വലിയ ആൾക്കൂട്ട പെരുവഴിയായി, നാനാജാതി മനുഷ്യരുടെ പ്രദർശനശാലയായി, ജീവിതം തേടി നാടുവിട്ടോടിയവന്റെ പ്രാണന്റെ തുടിപ്പായി, നഗരപേശീദലങ്ങളിൽ ജീവിതസംക്രമണത്തിന്റെ ചുവപ്പുരാശി പടർത്തി.

നഗരത്തിന്റെ അൻപത് കിലോമീറ്റർ ചുറ്റതിരുകൾക്ക് ഉള്ളിലെ ജനാദ്രിയ, തുമാമ, ഖോർനാഥ, ഖദീം സനാഇയ്യ, സനാഇയ്യ ജദീദ്, ബദീഅ, സുവൈദി, ദറഈയ, ദല്ല, അറഗ, ദീറ, അസീസിയ, ശിഫ, അൽഹൈർ, നസീം, നദീം, ബഗ്ലഫ്, മലസ്, ഹാര, ഉലയ, സുലൈ തുടങ്ങി അനേകം കൈവഴികൾ വന്നുചേരുന്ന വലിയ ഒരു പുഴയാണ് ബത്ഹ.

എല്ലാവഴികളിലൂടെയും ആഴ്ചവട്ടങ്ങളിൽ ബത്ഹയിലേക്ക് ഒഴുകി എത്തുന്ന മനുഷ്യസഞ്ചയത്തിന്റെ മഹാസംഗമം, ബത്ഹയുടെ മറ്റൊരു അത്ഭുത പ്രതിഭാസം! എല്ലാ വെള്ളിയാഴ്ചകളിലും ആയിരം ഉറവകൾ ഒരുമിച്ചു പൊട്ടിയൊഴുകി കവിഞ്ഞ പുഴപോലെ ബത്ഹ വീർപ്പുമുട്ടും.

പ്രത്യേകിച്ചൊരു കാര്യത്തിനല്ലാതെ, കൃത്യമായ ഒരു ഉദ്ദേശവും കൂടാതെ വെറും വെറുതെ വാരാന്ത്യത്തിൽ ആയിരങ്ങൾ ഒത്തുകൂടുന്ന ബത്ഹയുടെ വാരാന്ത്യപ്പതിവിന് ലോകത്ത് മറ്റവിടെയെങ്കിലും സമാനത കണ്ടെത്തൽ പ്രയാസമാകും.

ബത്ഹയിൽനിന്ന് നൂറ് കിലോമീറ്റർ അകലെയുള്ള അൽഖർജിൽ നിന്നുപോലും പതിവായി എല്ലാ വാരാന്ത്യത്തിലും ബത്ഹയിലെത്തുന്നു. വെറുതെ, കമ്പോളത്തിൽ ഒന്ന് കറങ്ങി, എന്തെങ്കിലും വാങ്ങിയാലായി; ഉറ്റവരെയും ചങ്ങാതിമാരേയും കണ്ടാൽ ഒന്ന് മിണ്ടിപ്പറഞ്ഞാലായി; രാവേറെ ചെല്ലുന്നതിന് മുമ്പ് ലാവണങ്ങളിലേക്ക് മടങ്ങുമ്പോൾ മനസ്സിൽ നിറയുന്ന ബത്ഹ, പ്രവാസ ജീവിതത്തിരക്കുകളുടെ, ജോലിഭാരത്തിന്റെ മലകയറ്റങ്ങൾക്കിടയിലെ ആശ്വാസതാഴ്വരയാണ്.

ബത്ഹയിലെ മലയാളി ജീവിതത്തിന് ഏറിയാൽ നാല്പത്തിഅഞ്ചാണ് പ്രായം. പക്ഷേ, നാലരപ്പതിറ്റാണ്ടിനിടയിൽ ബത്ഹയിൽ തങ്ങളുടെ തനത് മുദ്ര പതിപ്പിച്ചിടാൻ അവർക്ക് കഴിഞ്ഞു.

അതുകൊണ്ടാണ് ബത്ഹയുടെ ഹൃദയത്തിൽതന്നെ ഒരു കേരള മാർക്കറ്റുണ്ടായത്. മലയാളിത്തം പതിഞ്ഞു കിടക്കുന്ന കേരള മാർക്കറ്റിലെ തെരുവുകളിലൂടെ നടന്നാൽ മലയാളിയുടെ കനവുകൾ പുഷ്പിച്ചതിൻെറ സൗരഭ്യവും കനലുകളായി എരിഞ്ഞൊടുങ്ങിയതിൻെറ കരിന്തിരിമണവും അനുഭവപ്പെടും.

ബത്ഹ തെരുവുകളിൽനിന്ന് മലയാളി കണ്ടെടുത്ത നല്ല ജീവിതങ്ങൾ കേരളത്തിൻെറ മണ്ണിൽ സുവർണ്ണചരിതങ്ങളെഴുതി. ഇവിടെ തകർന്നടിഞ്ഞവർ നാടിന്റെ നൊമ്പരവും ഭാരവുമായി. ബത്ഹ ജീവിതവിജയങ്ങളുടെ വെയിലും സങ്കടങ്ങളുടെയും വീർപ്പടക്കലുകളുടെയും നിഴലും ഇടകലർന്നു കിടക്കുന്ന വലിയൊരു നാല്ക്കവലയാണ്.

എന്നിട്ടും ബത്ഹയെ 'സങ്കടമുക്ക്' എന്നു വിളിച്ച പ്രവാസി കഥയെഴുത്തുകാരൻ 'പുഞ്ചിരി മുക്കെ'ന്ന് വിളിക്കാൻ ധൈര്യം കാട്ടിയില്ല. പ്രവാസത്തിൻെറ സഹജമായ അനിശ്ചിതത്വവും അസ്ഥിരതയുമാവുമോ അതിന് കാരണം? സങ്കടങ്ങൾ ഉറഞ്ഞുകിടക്കുന്ന ഗല്ലികൾ മാത്രമാണോ ബത്ഹയിലേത്? കേരള മാർക്കറ്റിലെ കോൺക്രീറ്റ് ബാരക്കുകൾക്കു പോലും പറയാനുള്ളത് മലയാളിയുടെ കണ്ണീരിൻെറ കഥകൾ മാത്രമോ?

എത്ര കിട്ടിയാലും കൊതിതീരാത്ത, അല്ലെങ്കിൽ കിട്ടിയതിന് നന്ദി പറയാൻ വിമുഖതയുള്ള മലയാളിയുടെ മനോഭാവമാണോ ഇതിന് പിന്നിൽ? ഈ കോൺക്രീറ്റ് കല്ലുകളിൽ ചാരിനിന്ന് കണ്ണീരും സങ്കടവും പങ്കുവെച്ചവരെപ്പോലെ തന്നെ നേട്ടങ്ങളുടെ കണക്കുകൾ കൂട്ടി സംതൃപ്തി അടഞ്ഞവരും ഏറെയില്ലേ?

എന്നിട്ടും ഏതോ സരസനായ മലയാളി, സ്വന്തം പള്ളിക്കുടം മാഷിനു പോലും ഓമനപ്പേരിടുന്ന ശീലത്തിൻെറ ലാഘവത്തോടെ ഈ കല്ലുകളെ 'സങ്കടക്കല്ലെ'ന്നും ബാരക്കുകളെ തമ്മിൽ ബന്ധിപ്പിക്കുന്ന ഇരുമ്പു ചങ്ങലകളെ 'കണ്ണീർച്ചങ്ങല'യെന്നുമാണല്ലോ വിളിച്ചത്.

കേരള മാർക്കറ്റും അതിനപ്പുറം യമനി മാർക്കറ്റും ഒരു അഗ്നിബാധയിൽ ഒരിക്കൽ കത്തിയമർന്നപ്പോൾ കേരളത്തിന്റെ നെഞ്ചകം പൊള്ളുന്നതും മലയാളി കുടുംബങ്ങളുടെ ഇടനെഞ്ചുകളിൽ ആധിയുടെ നെരിപ്പോടുകൾ എരിയുന്നതും നാമറിഞ്ഞു. അത്രമാത്രം രൂഢമൂലമോ ബത്ഹയും കേരളവും തമ്മിലുള്ള രക്തബന്ധം?

സുഗന്ധത്തെരുവ്

ബത്ഹയിലെ കേരള മാർക്കറ്റും യമനി മാർക്കറ്റും കടന്ന് ബംഗ്ലാദേശി മാർക്കറ്റിന് ഓരത്തൂടെ, പാകിസ്ഥാനി മാർക്കറ്റിന്റെ മാറിലൂടെ പത്രം ഓഫീസിലേക്കുള്ള ഇടവഴി ഒരു സുഗന്ധത്തെരുവാണ്. അത്തറും മറ്റ് സുഗന്ധദ്രവ്യങ്ങളും വില്ക്കുന്ന കടകളും വഴിവാണിഭക്കാരും നിറഞ്ഞ ഈ തെരുവിലൂടെയുള്ള വൈകുന്നേരത്തെ നടത്തം അനുഭവിപ്പിക്കുന്നത് ജീവിതത്തിന്റെ പലതരം ഗന്ധങ്ങളെയാണ്.

വഴിവാണിഭങ്ങളുടെ ഉത്സവക്കാഴ്ചകളിൽ നിറഞ്ഞ് പഴം, പച്ചക്കറി വില്പനക്കാരായ ബംഗ്ലാദേശികളും യമനികളും ഉന്തുവണ്ടികളുമായി ഒരു വശത്ത്. ഊദ്, അത്തർ, പെർഫ്യൂം മുതൽ ചൈനീസ് നിർമ്മിത വ്യാജ മൊബൈലുകൾ വരെ വില്ക്കുന്നവർ മറുവശത്ത്. തെരുവിലേക്ക് ഉടലുന്തി നില്ക്കുന്ന ഷോപ്പുകളിൽ ചിലത്, സുഗന്ധദ്രവ്യങ്ങളുടെയും മറ്റ് ചിലത് സ്വർണ്ണ നാണയ, ആഗോള കറൻസികളുടെയും വില്പന കേന്ദ്രങ്ങളാണ്.

ഈ വീതംവെപ്പുകൾക്കിടയിൽ തെരുവിലെ നടപ്പാതയിലെ ബാക്കിയുള്ള സ്ഥലത്ത് സാധാരണ തൊഴിലാളികളായ വിവിധ രാജ്യക്കാർ ഇടതിങ്ങിനില്ക്കും. ജോലികഴിഞ്ഞെത്തിയവർ, അടുത്ത ഷിഫ്റ്റിന് ഡ്യൂട്ടിക്ക് പോകാൻ വാഹനവും ആവശ്യക്കാരെയും കാത്തുനില്ക്കുന്നവർ.

ആർക്കും ദിവസജോലിക്ക് വിളിച്ചുകൊണ്ടുപോകാവുന്ന, ഫ്രീവിസ' ക്കാരായ പലതരം തൊഴിലുകളെടുക്കുന്നവരാണ് ഇവർ. കൂടുതലും പാകിസ്ഥാനികൾ.

ഇവരുടെ കൈളിൽ ആകെയുള്ള പണിയായുധങ്ങൾ, ഒരു ചുറ്റികയും ഒന്നോ രണ്ടോ ഉളിയും തേപ്പുകരണ്ടികളും ചിലരുടെ കൈകളിൽ പെയിന്റടിക്കുള്ള ഉരുൾ ബ്രഷുകളുമാണ്.

ഈ ചുരുക്കം പണിയുപകരണങ്ങൾകൊണ്ട് ഇവർ വലിയ കെട്ടിടങ്ങൾ കെട്ടിയുയർത്തും. കെട്ടിടങ്ങളുടെ അറ്റകുറ്റപ്പണികൾ നടത്തും. പെയിന്റിങ് നടത്തും. ഇലക്ട്രിക്കൽ, പ്ലമ്പിങ് ജോലികളെടുക്കും.

പഴംപച്ചക്കറികളുടെ ചീഞ്ഞ മണവും, തൊഴിലാളികളുടെ വേർപ്പിന്റെയും മുഷിഞ്ഞ വസ്ത്രങ്ങളുടെയും വാട്ടഗന്ധവും, പിന്നെ അത്തറിന്റെ സുഗന്ധവും ഇടകലർന്ന് നിർവ്വചിക്കാനാവാത്ത ഒരു ഗന്ധമാണ് തെരുവിനെ പൊതിഞ്ഞുനില്ക്കുക.

പത്രം ഓഫീസിലേക്കുള്ള വൈകുന്നേര നടത്തങ്ങളിൽ മനസ്സിലേക്ക് വീണുനിറയുന്ന കാഴ്ചകളിൽ ചിലത് വേദനിപ്പിക്കുന്നതാണ്.

അത്തർ വില്പനക്കാരനായ തീക്ഷ്ണമായ കണ്ണുകളുള്ള ഒരു യമനിയുടെ കാഴ്ച അത്തരമൊരോർമ്മയാണ്. ഇയാളെ സ്ഥിരമായി ഈ തെരുവിൽ കണ്ടിരുന്നു. നടപ്പാതയിലെ ഒരു നിശ്ചിതഭാഗത്തുനിന്ന് അണുകിട വ്യതിചലിക്കാതെ പതിവായി അത്തർ വിറ്റിരുന്നയാൾ. നിവർത്തിയ വിരലുകൾക്കിടയിൽ ചെറിയ അത്തർകുപ്പികൾ തിരുകി തീക്ഷ്ണമായ കണ്ണുകളുമായി അയാൾ തുറിച്ച നോട്ടത്തോടെ അത്തർ വിറ്റു.

പതിവ് നടത്തംകൊണ്ടു പരിചിതമായ എന്റെ ഇടതു കൈത്തണ്ടയിൽ അയാളെന്നും 'സാമ്പിൾ തൈലം' പുരട്ടി തന്നു. വഴിവാണിഭക്കാരെ പിടികൂടാൻ ബലദിക്കാർ (മുനിസിപ്പാലിറ്റി റെയ്ഡ് സംഘം) വരുന്ന ദിവസം ഈ തെരുവ് ആകെ അലങ്കോലമാകും.

മഞ്ഞവണ്ടികളുടെ ചുവന്ന മിന്നുന്ന തലവെട്ടം കാണുമ്പോൾ പഴം, പച്ചക്കറി വില്പനക്കാർ ഉന്തുവണ്ടികൾ അതിവേഗം ഉരുട്ടി എങ്ങോട്ടെന്നില്ലാതെ ഓടിപ്പോകും. ഭ്രാന്തമായ ആ പരക്കം പാച്ചിൽ ഈ നടപ്പാതയിലെ കാൽനടയാത്രക്കാരുടെ പേടിസ്വപ്നമാണ്. ഒരിക്കൽ മഞ്ഞവണ്ടികൾ കൂട്ടമായി വന്നപ്പോൾ ഓറഞ്ച് വില്പനക്കാരനായ ബംഗ്ലാദേശി പഴം നിറച്ച ഉന്തുവണ്ടി ഭ്രാന്തമായി ഓടിച്ചുകയറ്റിയത് ഈ പാവം യമനിയുടെ ശരീരത്തിലേക്കായിരുന്നു. തിരിഞ്ഞുനിന്നിരുന്ന അയാൾ എന്തെങ്കിലുമൊന്ന് തിരിച്ചറിയും മുമ്പ് റോഡിലേക്ക് തെറിച്ചുവീണു.

കൈവിരലുകൾക്കിടയിൽ നിന്ന് അത്തർ കുപ്പികൾ നിരത്തിലേക്ക് തെറിച്ചുവീണു പൊട്ടിച്ചിതറി. അയാളുടെ നെറ്റിപൊട്ടി ചോരവാർന്നു. ഉന്തുവണ്ടിയിൽനിന്ന് ഓറഞ്ചുകൾ തെറിച്ച് റോഡിൽ പരന്നു. ദിവസങ്ങളോളം അയാളെ പിന്നീട് കണ്ടില്ല. വീണ്ടും കണ്ടുതുടങ്ങിയപ്പോൾ അയാളിൽ ഒരു മാറ്റവും കണ്ടില്ല. അതേ സ്ഥലത്ത് അതേ തീക്ഷ്ണമായ കണ്ണുകളോടെ, വിരലുകൾക്കിടയിൽ അത്തർ കുപ്പികൾ തിരുകി അയാൾ സുഗന്ധം വില്ക്കുന്നു.

സുഗന്ധത്തെരുവിന്റെ അങ്ങേത്തലയ്ക്കൽ പാകിസ്ഥാനി മാർക്കറ്റിന് മുൻവശം അപ്രഖ്യാപിത സ്വദേശി ടാക്സി സ്റ്റാൻഡാണ്. നൂറ് കിലോമീറ്ററകലെയുള്ള അൽഖർജ് എന്ന പ്രാചീന പട്ടണത്തിലേക്ക് സ്വകാര്യ ടാക്സിയിൽ ആളെ വിളിച്ചു കയറ്റിപ്പോകുന്നത് ഇവിടെനിന്നാണ്.

'ഇനിയൊരാൾ കൂടി മതി' എന്ന വലിയ നുണയോടെ 'ഖർജ്... ഖർജ്...' എന്ന് വിളിച്ചുകൂവി സ്വദേശി ടാക്സി ഡ്രൈവർമാർ യാത്രക്കാരെയും കാത്തുനില്ക്കും.

തെരുവിലൂടെ നടന്നുവരുന്ന ഓരോരുത്തരും അവരുടെ മുഖങ്ങളിൽ പ്രതീക്ഷയുടെ വെളിച്ചം തെളിക്കും. പത്രം ഓഫീസിലേക്കുള്ള പതിവായ നടത്തം ഈ ഡ്രൈവറന്മാരുടെ പ്രതീക്ഷകൾക്ക് നേരെ നിഷേധത്തിൻെറ തലയാട്ടലായി ശീലിച്ചുപോയത് അങ്ങനെയാണ്. ഒരിക്കൽ സഹികെട്ട് ഒരു വൃദ്ധനായ ഡ്രൈവർ അല്പം രോഷത്തോടെ ചോദിച്ചു:

"അന്ത ലേഷ് മാഫി റൂഹ് ഖർജ്?" (നിനക്കൊന്നു അൽഖർജിൽ പോയാലെന്താ?)

അന്ത ഹിന്ദി?

ഒരിക്കൽ ഒരു സൗദി പൗരൻ എന്നോട് ചോദിച്ചു:

"എന്താണ് 'ഹിന്ദി'കളൊന്നും 'ഹിന്ദി'യെന്ന് പറയാത്തത്?"

മനസ്സിലാവാതെ ആ മുഖത്തേക്ക് തുറിച്ചുനോക്കി നില്ക്കുമ്പോൾ ഒരു ചെറുചിരിയോടെ അദ്ദേഹം പറഞ്ഞു

"ആദ്യം കാണുമ്പോൾ ഇന്ത്യക്കാരെന്ന് തോന്നുന്നവരോട് പരിചയപ്പെടലിൻെറ ഭാഗമായി 'അന്ത ഹിന്ദി?' എന്ന് ഞാൻ ചോദിക്കാറുണ്ട്. എന്നാൽ പലപ്പോഴും കിട്ടിയിട്ടുള്ള ഉത്തരം:

"അന മാഫി ഹിന്ദി... അന കേരള" എന്നാണ്... അത് സംസ്ഥാനം മാറുന്നതിനനുസരിച്ച് മദ്രാസിയെന്നും ബാംഗ്ലൂരിയെന്നും ഹൈദരാബാദിയെന്നുമൊക്കെയായി മാറാറുണ്ട്. എന്താ ഇതൊന്നും ഇന്ത്യയിലല്ലേ എന്ന് ചോദിക്കുമ്പോൾ സഹജമായ ആ തലയാട്ടലിൽ അവർ അതേയെന്ന് ഉത്തരവും നല്കും."

എന്തുകൊണ്ടാണ് ഇങ്ങനെയെന്ന അദ്ദേഹത്തിൻെറ ചോദ്യത്തിന് മുമ്പിൽ ഒരിട എനിക്ക് ഉത്തരം മുട്ടി. പിന്നെ മലയാളിയുടെ സഹജമായ മെയ്‌വഴക്കത്താൽ അത് മറികടന്ന് ഞാൻ പറഞ്ഞു,

"ഹിന്ദിയെന്ന് പറയുമ്പോൾ ഹിന്ദിയെന്ന ഭാഷയാവും അവരുടെ മനസ്സിൽ വരിക, അതു കൊണ്ടാവും അങ്ങനെ...!"

തെല്ലൊരു അതിശയഭാവം വരച്ചു അദ്ദേഹത്തിന്റെ പുരികക്കൊടികൾ.

"ഹിന്ദിയെന്നാൽ അത് കേവലമൊരു ഭാഷയുടെ പേരല്ലല്ലോ സദീഖ്...!"

വിഖ്യാത അമേരിക്കൻ കവയിത്രി സിൽവിയ പ്ലാത്തിന്റെ കവിതകളിൽ ഗവേഷണം നടത്തുന്ന യൂണിവേഴ്സിറ്റി വിദ്യാർത്ഥിയായ ആദിൽ

എന്ന ആ സൗദി യുവാവ് ചിന്തയുടെ ഈർച്ചപ്പൊടിയിൽ കനലെറിഞ്ഞാണ് അന്ന് നടന്നുപോയത്.

ചരിത്രപഥങ്ങളിലെവിടെയോ ആദിലിന്റെ ആദ്യഗാമികളിൽനിന്നുയർന്ന 'ഹിന്ദി'യെന്ന ആ വിളി വീണ്ടും കാതുകളിൽ മുഴങ്ങി. സിന്ധു എന്ന നദിയുടെ കരയിൽ ജീവിച്ചിരുന്നവരെ സിന്ധികളെന്ന് ആദ്യം വിളിച്ചവർ ആരായാലും സിന്ധി ഹിന്ദിയായി വായ്മൊഴി വഴക്കം പാലിച്ച കാലത്തിന്റെ കണക്കുകൾ നാമെത്ര ചരിത്രപാഠക്ലാസുകളിലാണ് ഉരുക്കഴിച്ചത്.

ദേശീയോദ്ഗ്രഥനത്തിന്റെ നാൾവഴികൾ നാമെത്രയാണ് പിന്നിട്ടത്! എന്നിട്ടുമെന്താണ് നാമിപ്പോഴും ഹിന്ദിയെന്നാൽ അതൊരു രാഷ്ട്രമാണെന്ന സിംഫണിയിൽ ലയിക്കാത്ത ശ്രുതിയായി ഭിന്നസ്ഥായിയിൽ വേറിട്ടൊഴുകുന്നത്?

'ഹിന്ദി'യെന്ന വിളിപ്പേരിനോട് അറബികൾക്ക് ഒരു വൈകാരിക അടുപ്പമുണ്ടാവുക സ്വാഭാവികമാണ്. പൈതൃകത്തിന്റെ ഇഴയടുപ്പമുള്ള, സൗഹൃദത്തിന്റെ കൊടുക്കൽ വാങ്ങലുകളിൽ കാലം അനശ്വരത ചാർത്തിയ ഒരു ഈടുവെപ്പാണത്.

ഒറ്റാന്തടികളുടെ പെരുന്നാൾ

"രാവിലെയെഴുന്നേറ്റ് ഒരു കിലോമീറ്റർ നടന്നുപോയി പെരുന്നാൾ നിസ്കരിക്കും. തിരിച്ചെത്തി മത്തി മുളകിട്ടതും ഖുബ്ബൂസും കഴിക്കും. പിന്നെ ദേ ഈ ടീഷർട്ടിട്ട് അങ്ങിറങ്ങും. കഫീലും കുടുംബവും രാവിലെ തന്നെയെത്തും. പിന്നെ പെരുന്നാൾ അവധിയൊക്കെ കഴിഞ്ഞ് അവർ പോകുന്നതുവരെ ഒന്ന് മൂടൂന്നാൻ പറ്റാത്ത പണിയാണ്."

കൊല്ലം അയത്തിൽ സ്വദേശി ശംസുദ്ദീനും മലപ്പുറം അരീക്കോട്ടുകാരൻ സുലൈമാനും പറഞ്ഞത് ഒരേ കാര്യം. മരുഭൂമനുഷ്യരായ ഒറ്റാന്തടികളുടെ പെരുന്നാളാഘോഷം എങ്ങനെയാവുമെന്നറിയാൻ ഇറങ്ങിപുറപ്പെട്ടതാണ്. കേട്ടതൊക്കെ ഒരേ കഥ.

"ഈ ചുറ്റുഭാഗത്ത് ഇതുപോലെ ഇസ്തിരാഹകൾ ഒരുപാടുണ്ട്. എല്ലാറ്റിലും നോട്ടക്കാരായി ഒന്നോ രണ്ടോ പേരുണ്ടാവും. കൂടുതലും മലയാളികൾ തന്നെയാണ്. അവരെ കണ്ടാലും പെരുന്നാളാഘോഷത്തെ കുറിച്ച് ഇത്രയൊക്കയേ അവർക്കും പറയാനുണ്ടാവൂ." തെക്ക് ദേശിങ്ങനാടിന്റെയും വടക്ക് വള്ളുവനാടിന്റെയും ശൈലീവ്യത്യാസം മാറ്റിനിർത്തിയാൽ ഇരുവരും തങ്ങളുടെ ജീവിതത്തെ വരച്ചിട്ട ഭാഷയ്ക്ക് ഒരേ സ്വരം, ഒരേ താളം.

ബൻബാൻ, വിശ്രമ സങ്കേതങ്ങളുടെ ഗ്രാമം

റിയാദ് നഗരത്തിൽനിന്ന് വടക്കോട്ട് പോകുന്ന ഹൈവേയിൽ 60 കിലോമീറ്റർ പിന്നിടുമ്പോൾ മുന്നിലെ ഫ്ളൈഓവറിലേക്ക് ഓടിക്കയറുന്ന വഴി വലതുഭാഗത്തേക്ക് ഒടിഞ്ഞിറങ്ങുന്നത് ബൻബാൻ ഗ്രാമത്തിലേക്കാണ്. സ്വദേശികളുടെ ഒഴിവുകാല വിശ്രമസങ്കേതങ്ങൾക്ക് മാത്രമായൊരു ഗ്രാമമാണ് ബൻബാൻ. കണ്ണെത്താദൂരത്തേക്ക് പടർന്നുപോകുന്ന

മരുഭൂ കാഴ്ചയ്ക്ക് അതിരിടുന്നത് ഇത്തരം ഇസ്തിരാഹകളുടെ അഥവാ വിശ്രമ, വിനോദ സങ്കേതങ്ങളുടെ എടുപ്പുകളും ചുറ്റുമതിൽക്കെട്ടുകളുമാണ്.

ഓരോ ചുറ്റുമതിൽക്കെട്ടുകൾക്കുള്ളിലെയും വിജനതയെ ഭഞ്ജിച്ചുകൊണ്ട് ഒന്നോ രണ്ടോ മനുഷ്യ ജീവിതങ്ങളുണ്ടാവും. 24 മണിക്കൂറും ജാഗ്രതയോടെ കാവല്ക്കാരായി. അവർക്ക് അറബി ഭാഷയിൽ ഒരേ പേര്, ഹാരിസ്. കാവല്ക്കാരനെന്നോ കാര്യസ്ഥനെന്നോ നിങ്ങൾക്ക് മനസ്സിലാവുന്ന ഭാഷയിൽ മനസ്സിന്റെ വലിപ്പം പോലെ വിളിച്ചോളൂ എന്ന് അവർ ചിരിയോടെ പറയും.

ബൻബാനിലൂടെയുള്ള യാത്രയിൽ വഴികാട്ടാനെത്തിയ സുലൈമാൻ തന്നെ കഥാപാത്രമായി മാറിയ കഥയാവട്ടെ ആദ്യം.

മുന്നിൽ പെട്ടെന്ന് വഴിമുടക്കിയ റോഡിൻെറ പിരിവുകളിൽ ഏതിലേക്ക് പോകണം എന്ന് അന്തിച്ചുനില്ക്കുമ്പോൾ ‘സീഡ്’ എന്ന ഇനിയും കേൾക്കാത്ത ഒരു കമ്പനിയുടെ മോട്ടോർ സൈക്കിളോടിച്ച് നിറഞ്ഞ ചിരിയോടെ സുലൈമാനെത്തി. മരുഭൂജീവിതങ്ങളെ പരിചയപ്പെടുത്തിത്തരാമെന്നേറ്റ സുലൈമാൻ ആരെയാണ് ആദ്യം കാണേണ്ടതെന്ന് വിചാരപ്പെട്ടുനില്ക്കുമ്പോൾ വെറുതെ ചോദിച്ചു:

“സുലൈമാൻ എത്ര വർഷമായി ഇവിടെ?”

“പത്തൊൻപത്.”

“ഈ കാലത്തിനിടയ്ക്ക് നാട്ടിൽ കുടുംബത്തോടൊപ്പം പെരുന്നാൾ കൂടിയിട്ടുണ്ടോ?”

“ഉവ്വ്, ഒരു തവണ മാത്രം. പക്ഷേ, അത് 17 വർഷം മുമ്പാണ്.”

മുഖം നിറഞ്ഞ ചിരിയിൽ പോക്കുവെയിലിന്റെ ഛായ പടർന്നുകയറിയത് പെട്ടെന്നാണ്.

ഒറ്റാന്തടികളുടെ പെരുന്നാൾ വിശേഷമറിയാനുള്ള യാത്രയിൽ ഒപ്പം വന്ന റിയാദിലെ സാമൂഹികപ്രവർത്തകരായ എസ് വി അർശുൽ അഹ്മദും നാസർ മാങ്കാവും ഒരേ സ്വരത്തിൽ ചോദിച്ചു, എങ്കിൽ എന്തുകൊണ്ട് സുലൈമാന്റെ കഥയിൽനിന്നുതന്നെ തുടങ്ങിക്കൂടാ...!

സുലൈമാന്റെ കഥ, ശംസുദ്ദീന്റെയും

1994 ലാണ് സുലൈമാൻ റിയാദിൽ സർക്കാർ വകുപ്പിൽ ഉന്നതോദ്യോഗസ്ഥനായ സ്വദേശിയുടെ വിശ്രമ സങ്കേതത്തിൻെറ കാവല്ക്കാരനായി സൗദിയിലെത്തിയത്. അന്നുമുതൽ ബൻബാനിലെ മനോഹരമായ വിശ്രമ മന്ദിരത്തിന്റെ കാവല്ക്കാരനും കാര്യസ്ഥനുമാണ്.

1996 ൽ ആദ്യ അവധി കിട്ടി നാട്ടിലെത്തിയത് റമദാനിൽ. വീട്ടുകാരോടൊപ്പം ചെലവിട്ട പെരുന്നാളുകളെക്കുറിച്ചുള്ള ഓർമ്മകൾ മനസ്സിൽ നിറഞ്ഞുനിന്നതിനാൽ എങ്ങനെയും പെരുന്നാളിന് നാട്ടിലെത്തണമെന്ന ആഗ്രഹം പിറ്റേ വർഷമായതോടെ കലശലാവുകയും സമയവും കാലവും കഫീലിന്റെ സന്മനസ്സും ഒത്തുവന്നപ്പോൾ സഫലമാവു

കയും ചെയ്തു. ചെറിയ പെരുന്നാളും വലിയ പെരുന്നാളും കുടുംബ ത്തോടൊപ്പം കൂടിയിട്ടാണ് തിരിച്ചെത്തിയത്. പിന്നെ ഒരു പെരുന്നാളി നും നാട്ടിലെത്താനായില്ല. കാലം തെറ്റിയത് പെരുന്നാളുകൾക്കോ തന്റെ അവധികൾക്കോ എന്ന കാര്യത്തിലാണ് നിശ്ചയമില്ലാത്തത്.

രണ്ടുവർഷം കൂടുമ്പോഴാണ് അവധി. വിമാന ടിക്കറ്റുൾപ്പെടെ യെത്തുന്ന അവധി ഒഴിവാക്കാറില്ല. എന്നാൽ പിന്നീട് ഒരു അവധിയും പെരുന്നാളുകളും ഒരുമിച്ചു വന്നില്ല. ഇപ്പോൾ അതൊക്കെ ശീലമായിരി ക്കുന്നു. പെരുന്നാൾ സദ്യയെന്നാൽ ബിരിയാണിയുടെ മണം മനസ്സിലു ണ്ടെങ്കിലും മത്തിക്കറിയും ഖുബൂസും (ഗോതമ്പ് റൊട്ടി)യുമാണെന്ന യാഥാർത്ഥ്യം സുലൈമാനുൾക്കൊള്ളാൻ പ്രയാസമില്ല. റിയാദിൽനിന്ന് ആഴ്ചയിലൊരിക്കൽ, അതായത് വെള്ളിയാഴ്ച തൊട്ടടുത്തുള്ള ജുമു അ മസ്ജിദിൻെറ സമീപം വന്ന് അണിനിരക്കുന്ന വഴിവാണിഭക്കാരിൽ നിന്നുവാങ്ങുന്ന മീനാണ് പിന്നീടുള്ള ഒരാഴ്ച ഊട്ടു വിഭവങ്ങളിൽ പ്രധാ നപ്പെട്ടത്. പെരുന്നാൾ വെള്ളിയാഴ്ചയോ അതിനോടടുത്ത ദിവസങ്ങ ളിലോ ആയാൽ പെരുന്നാളൂണ് കറുച്ചുകൂടി 'ഫ്രഷ്' ആവും എന്ന് മാത്രം.

തൊട്ടടുത്തുള്ള ഇസ്തിരാഹയുടെ കാര്യസ്ഥനായ ശംസുദ്ദീനും പറയാനുള്ള വിശേഷങ്ങൾ ഇതൊക്കെ തന്നെയാണ്. 1997 ഡിസംബ റിൽ റിയാദിലെ ഒരു വ്യവസായ പ്രമുഖൻെറ കമ്പ്യൂട്ടർ കമ്പനിയുടെ വിസയിലാണ് ശംസുദ്ദീൻ റിയാദിലെത്തിയത്. കമ്പനിയിൽ എന്തെങ്കിലും ജോലിയാവുമെന്നാണ് കരുതിയത്. എന്നാൽ ബൻബാനിലെ വിശ്രമ സങ്കേതത്തിൽ തല്ക്കാലം ഹാരിസിൻെറ ഒഴിവുണ്ടെന്നും പകരം ആ ളെത്തിയാൽ താമസിയാതെ കമ്പനിയിലേക്ക് മാറ്റിനിയമിക്കാമെന്നും പ റഞ്ഞാണ് സങ്കേതത്തിലെത്തിച്ചത്. പറഞ്ഞപോലൊന്നും ആരും പകര മായെത്തിയില്ല.

ബൻബാനിലെ ജീവിതം സ്ഥിരപ്പെട്ടു. ആറുവർഷം മുമ്പ് ചെറിയ പെരുന്നാളും വലിയ പെരുന്നാളും കുടുംബത്തോടൊപ്പം കൂടാനായി. എന്നാൽ അതിന് മുമ്പും ശേഷവും നീണ്ടകാലം അനുഭവിച്ച ബൻബാ നിലെ പെരുന്നാളിനോളം അതായില്ലെന്ന് വെറുതെ തോന്നി.

"പെരുന്നാളിന് പുതുവസ്ത്രങ്ങളെടുക്കാറുണ്ടോ?"

രണ്ടുപേരോടും ചോദിച്ചത് ഒരേ ചോദ്യങ്ങൾ. ഉത്തരങ്ങളും ഒന്നാ യിരുന്നു.

"ദേ ഈ ടീഷർട്ടും പാൻറ്സും. അതാണ് ഞങ്ങളുടെ വേഷം. പുതു വസ്ത്രങ്ങൾ നാട്ടിൽ പോകുമ്പോൾ മാത്രം. അല്ലെങ്കിൽ ഉള്ളത് കീറി പ്പോയാൽ."

"എന്നാൽ ഇവിടെ ഞങ്ങൾ മലയാളികൾ ചേർന്ന് പെരുന്നാളാഘോ ഷിക്കാറുണ്ട്...."

പറഞ്ഞത് ശംസുദ്ദീൻ. "പെരുന്നാൾ അവധിയൊക്കെ തീർന്ന് കഫീലും കുടുംബവുമൊക്കെ പോയിക്കഴിഞ്ഞ് വിശ്രമ സങ്കേതങ്ങൾ വിശ്രമത്തിലാവുമ്പോൾ ഞങ്ങൾ ഏതെങ്കിലും ഒരാളുടെ ഇസ്തിരാഹ

യിൽ ഒരുമിച്ചുകൂടി ബിരിയാണിയൊക്കെ വെച്ച് പെരുന്നാൾ ആഘോഷിക്കും. ആ രാത്രിക്ക് വേണ്ടിയുള്ള കാത്തിരിപ്പാണിനി..."

ശംസുദ്ദീന്റെ മുഖത്ത് വിടർന്ന ശവ്വാൽ അമ്പിളിക്ക് 14-ാം രാവിന്റെ പൂർണ്ണവളർച്ച.

മാസത്തിലൊരു തവണ റിയാദിലേക്ക് വണ്ടി കയറാറുണ്ട്. ശമ്പളം കിട്ടുന്ന ദിവസം. ബത്ഹയിലെത്തി പണം വീട്ടിലേക്ക് അയക്കും. മുടിവെട്ടാനായിട്ടുണ്ടെങ്കിൽ അതുചെയ്യും. ആവശ്യസാധനങ്ങളെന്തെങ്കിലും വാങ്ങാനുണ്ടെങ്കിൽ അതു ചെയ്യും. എന്നാൽ പെരുന്നാളിന് ബത്ഹയിലെത്താനാവില്ല. അന്ന് കഫീലും ആൾക്കാരും ഉള്ളതുകൊണ്ട് അവർക്ക് സേവനം ചെയ്ത് ഇവിടെ തന്നെയുണ്ടാവണമെന്നതിനാൽ ബത്ഹയിലേക്കുള്ള യാത്ര രണ്ടാഴ്ചയെങ്കിലും കഴിഞ്ഞിട്ടാണ്.

ഇരുവരും കിട്ടിയ ജീവിതംകൊണ്ട് തൃപ്തരാണ്. ശമ്പളം വളരെ കുറവാണ്. എന്നാൽ മനഃസമാധാനമുണ്ട്. കഫീൽമാർക്ക് തങ്ങളോട് നിറഞ്ഞ സ്നേഹമാണ്.

ഇസ്തിരാഹകൾ വെടിപ്പും വൃത്തിയുമായിരിക്കണം, അന്യർ പ്രവേശിച്ച് അതിക്രമം കാട്ടാതെ സൂക്ഷിക്കണം, പഴത്തോട്ടങ്ങൾ പിഴപറ്റാതെ പരിപാലിക്കണം. അത്രയും പിഴവില്ലാതെ ചെയ്താൽ പിന്നെ തൊഴിലുടമകൾക്ക് ഇവരോട് എന്തിന് സ്നേഹക്കുറവുണ്ടാകണം?

സുലൈമാന്റെ ഇസ്തിരാഹയിൽ ആപ്പിൾ, മുന്തിരി, ഓറഞ്ച്, ഈന്തപ്പന തോട്ടങ്ങളുണ്ട്. ശംസുദ്ദീൻെറ തോട്ടത്തിൽ ഈന്തപ്പനകൾ മാത്രവും.

സുലൈമാൻെറ ഭാര്യ ആമിന. ഏക മകൾ ശമീനയുടെ വിവാഹം കഴിഞ്ഞു. ആൺമക്കളായ മുഹമ്മദ് ശഫീഖും മുഹമ്മദ് സനുവും വിദ്യാർത്ഥികളാണ്. ശംസുദ്ദീന് മൂന്നു മക്കളാണ്. ബികോം വിദ്യാർത്ഥിയായ മകൾ സുറുമിയുടെ വിവാഹം നടത്തലാണ് ഇനിയുള്ള ലക്ഷ്യങ്ങളിൽ ആദ്യത്തേത്. ഓട്ടോമൊബൈൽ കോഴ്സിന് പഠിക്കുന്ന മൂത്ത മകൻ ഷംസാദിനും പ്ലസ് വൺ വിദ്യാർത്ഥിയായ ഇളയ മകൻ ഷംനാദിനും ഓരോ ജീവിതവും തരപ്പെടുത്തണം. അതുവരെ ബൻബാനിലെ ഒറ്റാന്തടി ജീവിതവുമായി മുന്നോട്ടുപോകാൻ തന്നെയാണ് തീരുമാനം.

ഈ പ്രദേശത്തെ വിവിധ ഇസ്തിരാഹകളിലുള്ള ഇബ്രാഹിം, കബീർ, അയ്യൂബ്, അബ്ദുൽ സലാം തുടങ്ങി ഇരുപത്തഞ്ചോളം മലയാളി ഹാരിസുമാർക്കും ഒരേ ജീവിതമാണെന്ന് അവർ സ്വന്തം ജീവിതകഥകൾ കൊണ്ട് സാക്ഷ്യം പറയുന്നു.

നാടുവിട്ടവന്റെ ഓണം

"നമുക്കെവിടെ ഓണം സർ, നാടുവിട്ടോടിയപ്പോൾ പലതും അവിടെ ചോർന്നുവീണില്ലേ? അക്കൂട്ടത്തിൽ ഓണവും വിഷുവും തിരുവാതിരയും ഞാറ്റുവേലയുമൊക്കെയും പോയി..."

പരിതപിക്കുന്നതിൽ മലയാളി ആരോടും തോല്ക്കാറില്ലല്ലോ? നാടുവിട്ടവനോട് നാടിനെക്കുറിച്ചു ചോദിച്ചാൽ അപ്പോൾ തുടങ്ങും പരിഭവങ്ങളുടെ വർഷകാലം.

"...ഓണവും ഓണത്തപ്പനും പൂവിളിയും പുലികളിയും എല്ലാം കൈമോശം വന്നില്ലേ? അല്ല, ഒരു ഓണം കൂടിയിട്ട് തന്നെ എത്രനാളായി? ഒന്നോർക്കാൻ പറ്റുന്നുണ്ടോ, ഓണക്കോടിയുടുത്തിട്ട്, തൂശനില വിരിച്ച് തുമ്പപ്പൂപോലത്തെ ചോറിട്ട് ഓണമുണ്ടിട്ട് ആണ്ടെത്ര കഴിഞ്ഞു...! ഇപ്പോൾ കേരളത്തിൽ തന്നെ ഓണമില്ല സർ..., ചാനലിലെ ചാറ്റിങ്ങും ഷോപ്പിങ്ങിലെ ചീറ്റിങ്ങുമാണ് സർ അവിടെയും ഓണാഘോഷ പൊടിപൂരം..."

"...മുക്കൂറ്റി പൂവിറുത്ത് അത്തം പിറക്കാൻ കാത്തിരുന്നൊരു കാലം. അത്തം പത്തിന് അത്തപ്പൂക്കള നടുവിൽ കുത്തിനിർത്തിയ പാലടയെ അമ്പെയ്ത് വീഴ്ത്തിയ പഴയ വള്ളിനിക്കർകാല വീരസ്യം. ആശ്വസിക്കാൻ ആ ഓർമ്മകളെങ്കിലുമുണ്ട് മനസ്സിൽ ബാക്കിയായി. കവലയിൽ ഒരു ഗ്രാമം മുഴുവനെത്തി കാഴ്ചക്കാരാവുമ്പോൾ തലപ്പന്ത് കളിയിൽ സ്മാഷുകൾ തീർത്ത് ഗ്രാമീണ പെൺക്കൊടികളുടെ അഴകോലും ആദരവ് പിടിച്ചെടുത്തിരുന്ന കാലം. പട്ടുപാവാടകളുലയും പിച്ചിപ്പൂവിൻ ചിരിയിൽ ഉൾക്കുളിരണിഞ്ഞു ഗ്രാമം നിറഞ്ഞാടുമ്പോൾ ഞെട്ടിൽനിന്നടർന്നു കാറ്റിൽ പറന്നെത്തിയ ഒരു നുണക്കുഴി ചിരിയാണിന്നും എന്റെ ഓർമ്മയിലെ ഓണം...."

നാടുവിട്ടവന്റെ ഓണത്തെക്കുറിച്ച് ചോദിച്ചറിയാനിറങ്ങുമ്പോൾ ഇത്ര മേൽ പ്രതീക്ഷിച്ചില്ല. പരിദേവനത്തിൽ തുടങ്ങി കവിതയായി വിടരുന്ന ഓണക്കാലോർമ്മകളാണ് ഓരോ പ്രവാസിയും മനസ്സിൽ പേറി നടക്കുന്നത്. അല്ലെങ്കിലും മലയാളിക്ക് അങ്ങനെയാവാനേ കഴിയൂ...

വീട്ടിലേക്കും നാട്ടിലേക്കും തനിയെ സംഭവിക്കുന്ന ഉൾവലിയലിന്റെ പിരിമുറുക്കം മനസ്സുലയും നോവായി ഒപ്പം കൊണ്ടുനടക്കുന്ന ഒരു വികാര ജീവിയാണ് ലോകത്തെവിടെയായിരുന്നാലും മലയാളി. എവിടെ സർ ഇന്ന് ഓണമെന്നൊക്കെ അറുത്തുമുറിച്ചു ചോദിച്ചുകളയുന്ന മല്ലൂസ് പൊന്നോണമെത്തിയാൽ ഓർമ്മയുടെ ആഴങ്ങളിൽ തപ്പി, ഇതളടർന്ന് കിടക്കുന്നവ പെറുക്കിയെടുത്തു ചേർത്തുവെച്ച് മനസ്സിൻെറ മുറ്റത്ത് തന്നെ അത്തപ്പൂക്കളമൊരുക്കിക്കളയും.

തിരുവോണം പിറന്നാൽ പൊന്നിൻ വില കൊടുക്കേണ്ടിവന്നാലും മരുഭൂമിയിൽപോലും അവൻ സദ്യവട്ടം കൂട്ടും. മണലിൽ തൂശനില വിരിച്ച് അവൻ നാടിൻെറ തനത് രുചി വിളമ്പും. അടുക്കളയിൽ പെരുമാറാൻ വളയിട്ട കൈകളില്ലാത്തതിന്റെ കുറവറിയിക്കാതെ ഒറ്റാന്തടി ജീവിതത്തിലും ആളെ കൂട്ടി നാളപാചക നൈപുണ്യം രുചിയോടെ വിളമ്പും. അതാണ് മലയാളിയും ഓണവും തമ്മിലുള്ള രക്തബന്ധം.

നാടുവിട്ടവന് ഓണത്തെക്കുറിച്ച് പറയാൻ, പരിഭവത്തിന്റെ മേമ്പൊടിയുണ്ടെങ്കിലും, നൂറു നാവാണ്. ജീവിതത്തിന്റെ സന്തോഷാവസരങ്ങളെ കുറിക്കാനുള്ള ഒറ്റവാക്കായി ഓണം മാറിയതിന് മലയാളിയുടെ ജീവിതത്തോളം പഴക്കമുണ്ട്. പ്രവാസിജീവിതത്തിലും ഓണമെന്നത് ആമോദത്തിന്റെ സൂചകം തന്നെയാണ്.

ഒരു പേര് വേണമെന്ന് നിർബ്ബന്ധമുണ്ടെങ്കിൽ നമുക്ക് അയാളെ രാജൻ പിള്ളയെന്ന് വിളിക്കാം. പത്തനംതിട്ടയിലെ ആറന്മുളയിൽനിന്നാണ് പുറപ്പെട്ടത്. ലോകത്തിൻെറ നാനാദിക്കുകളിൽനിന്ന് അന്ന് ജനസഞ്ചയത്തിൻെറ പുറപ്പാട് തുടങ്ങിയിട്ടേയുള്ളൂ. അങ്ങനെ സൗദിയിലേക്കൊഴുകിയെത്തിയ ആദ്യകാല മലയാളികളിലൊരാൾ.

അന്ന് നൂറോ, നൂറ്റൻപതോ മലയാളികളാണ് റിയാദിലുണ്ടായിരുന്നതെന്ന് രാജൻ പിള്ള ഓർക്കുന്നു. ഒരു മുപ്പത്തേഴ് വർഷം മുമ്പത്തെ കഥയാണ്. ബത്ഹയിലെ ഇന്നത്തെ പ്രധാന റോഡ് അന്ന് നല്ല ആഴവും വലുപ്പവുമുള്ളൊരു ചാലാണ്.

ചാലിന്റെ ഇരുകരകളിലേയും നിരത്തുകളിൽനിന്നാണ് അന്ന് മലയാളികൾ നാടിനെയും നാടിന്റെ വിശേഷങ്ങളെയും ഓർത്തെടുത്തിരുന്നത്. തിരുവോണ ദിനത്തിൽ പറ്റുന്നത്ര പേർ ഒരുമിച്ചുകൂടി ഓണസദ്യയുണ്ടാക്കി നാടിൻെറ തനത് മധുരാനുഭവങ്ങൾ പങ്കുവെച്ചിരുന്നു.

പിന്നെ ബത്ഹയിലെ തെരുവുകളിലേക്ക് വന്ന് ഓർമ്മകൾ കൊണ്ട് മനസ്സിൽ ഓണത്തപ്പനെ ഉണ്ടാക്കിയും ഓണക്കളികൾ കളിച്ചും ദിവസമൊന്ന് ചെലവഴിച്ചിരുന്നു.

ലേബർ ക്യാമ്പിലെ മെസ് ഹാളിലൊതുങ്ങുന്ന ഒരോണസദ്യക്കപ്പു

റം വിപുലമായ ഓണാഘോഷത്തിന് പ്രവാസ നാട്ടിൽ അവസരമില്ലല്ലോ എന്ന് രാജൻ പിള്ള ചോദിക്കും.

എന്നാൽ ബഹുരാഷ്ട്രക്കമ്പനികളുടെ ലേബർക്യാമ്പുകളിൽ, നാട്ടിൻ പുറത്തെ വായനശാലകളിലും ക്ലബ്ബുകളിലും അരങ്ങേറിയിരുന്ന പോലെ തന്നെ ഓണാഘോഷം സംഘടിപ്പിച്ചവരുമുണ്ട് ഒരു കാൽനൂറ്റാണ്ടിന പ്പുറം റിയാദിൽ.

ലേബർ ക്യാമ്പിൻെറ മതിൽക്കെട്ടിനുള്ളിലാണെങ്കിലും സ്റ്റേജുകെട്ടി നാടകം കളിച്ചവർ, അത്തപ്പൂക്കളമൊരുക്കിയിരുന്നവർ, പുലികളിയും ത ലപ്പന്ത് കളിയും നടത്തിയിരുന്നവർ.

നാട്ടിൽപോലും പിന്നീട് പുതിയ ഉപഭോഗ സംസ്കാരത്തിന്റെ പ്രയോജകരായ കച്ചവടക്കാർ ഓണാഘോഷങ്ങളെ ഹൈജാക്ക് ചെയ് തപ്പോൾ നഷ്ടമായ തനത് സൗന്ദര്യം വീണ്ടെടുത്തു ഇന്നും നില നിർത്തിപ്പോരുന്നത് പ്രവാസികളാണെന്ന് സമ്മതിക്കാതെ വയ്യ.

എന്നാൽ തങ്ങളുടെ യഥാർത്ഥ ഓണം അന്ന് എല്ലാ വെള്ളിയാഴ്ച കളിലുമായിരുന്നെന്ന് രാജൻ പിള്ള പറയും. വെള്ളിയാഴ്ച അവധിയാ യതിനാൽ ഉച്ചകഴിഞ്ഞ് സുലൈമാനിയയിലെ വിമാനത്താവളത്തിന് മുന്നിൽ പോയി നില്ക്കും.

ഇന്നത്തെ അന്താരാഷ്ട്ര ശ്രദ്ധനേടിയ കിങ് ഖാലിദ് വിമാനത്താവ ളത്തിന് പകരം അന്ന് സുലൈമാനിയയിലെ ചെറിയ വിമാനത്താവളം മാത്രം. റിയാദിലെ ഒട്ടുമിക്ക മലയാളികളും അവിടെ വരും. രാത്രി വരെ അവിടെ നില്ക്കും. മുംബൈയിൽനിന്നും ദൽഹിയിൽനിന്നുമുള്ള വിമാ നങ്ങളാണ് ലക്ഷ്യം.

ഒരു വിമാനത്തിൽ ഒരു മലയാളിയെങ്കിലുമുണ്ടാവും എന്നാണ് പ്രതീക്ഷ. മാവേലിയെപ്പോലെ അങ്ങനെ ഒരു മലയാളികൂടി പുതുതായി വന്നെത്തിയാൽ അതായിരുന്നു തങ്ങളുടെ ഓണം. അയാളെ വരവേല് ക്കാൻ മത്സരിച്ചിരുന്നു.

അയാളെ സ്വീകരിക്കലും ഒപ്പം ഭക്ഷണവട്ടം കൂടലുമായിരുന്നു തങ്ങ ളുടെ ഏറ്റവും വലിയ ആഘോഷങ്ങൾ. ആ കാലത്തെ ഓർത്തെടുക്കു മ്പോൾ രാജൻ പിള്ളയുടെ മുഖത്ത് ഒരു അത്തപ്പൂക്കളത്തിന്റെ സൗന്ദര്യം.

തണൽ തേടുന്ന ആൽമരങ്ങൾ

ഷർട്ടിൻെറ പോക്കറ്റ് കനംതൂങ്ങിയിരുന്നു. താങ്ങാവുന്നതിലും അപ്പുറം നിറഞ്ഞതുകൊണ്ടാവാം പോക്കറ്റിന്റെ ഒരു മൂലയിലെ തുന്നലിളകി ഉള്ളിലുള്ളവ പുറത്തേക്ക് തലനീട്ടിത്തുടങ്ങിയിരുന്നു. കുറെ കടലാസുകഷണങ്ങൾക്കൊപ്പം മൂന്നോ നാലോ പാസ്പോർട്ടുകളാണ് പോക്കറ്റിൽ കുത്തിത്തിരികിയിരുന്നത്. എൻെറ നോട്ടത്തിലെ ചോദ്യം തിരിച്ചറിഞ്ഞ് തെന്നല പറഞ്ഞു:

"മരിച്ചവരുടേതാണ്."

രാത്രിയിൽ ജോലികഴിഞ്ഞ് ബത്ഹയിലെത്തിയാൽ പതിവാണ് ആ കൂടിക്കാഴ്ച. ചിലപ്പോൾ അത് നിരത്തുവക്കിലാവും, അല്ലെങ്കിൽ റമാദ് ഹോട്ടലിന്റെ മുറ്റത്തുവെച്ച്. അതുമല്ലെങ്കിൽ ഏതെങ്കിലുമൊരു ദുരിത ജീവിതത്തിൻെറ സങ്കടം കേട്ടുനില്ക്കുമ്പോൾ. വാർത്തയ്ക്കുള്ള വിഭവങ്ങൾ ശേഖരിക്കാൻ കരുതിക്കൂട്ടിയുണ്ടാക്കുന്ന ആ കൂടിക്കാഴ്ചകളിൽ ആകെക്കൂടിയുണ്ടാകുന്ന മാറ്റം അപ്പുറത്ത് തെന്നല മൊയ്തീൻകുട്ടിയോ ശിഹാബ് കൊട്ടുകാടോ എന്നതിന് മാത്രമാകും.

ഇവർ രണ്ടുപേരുടെയും കൈകളിലിരിക്കുന്ന ഫയലുകളിൽ അല്ലെങ്കിൽ കീശയിൽ കുത്തിനിറച്ചിരിക്കുന്ന കടലാസുകൂട്ടത്തിൽ പിറ്റേന്നത്തേക്കുള്ള ഒരു വാർത്തയുടെ അസംസ്കൃത വസ്തുവുണ്ടാകും എന്ന് ഞാൻ പ്രതീക്ഷിക്കുന്നു.

അങ്ങനെയൊരു കൂടിക്കാഴ്ചയിലാണ് പാസ്പോർട്ടുകൾ നിറഞ്ഞുതുളുമ്പിയ പോക്കറ്റുമായി തെന്നല മൊയ്തീൻകുട്ടി മുന്നിൽ നിന്നത്.

"ആരാ മരിച്ചത്, മലയാളികളാണോ?"

എന്റെ ചോദ്യത്തിലെ ഔത്സുക്യത്തെ ഒരു ചിരികൊണ്ട് തടഞ്ഞ് കീശയിൽനിന്നെടുത്ത പാസ്പോർട്ടുകൾ നീട്ടി. അവ വാങ്ങുമ്പോൾ കൈ

കൾ ഒന്ന് വിറച്ചോ, പ്രേതങ്ങളുടെ പാസ്പോർട്ടുകളാണ്!

ഓരോന്നും മറിച്ചുനോക്കി. മൂന്നും മൂന്ന് ദേശക്കാരുടേത്. മലയാളി ആരുമില്ല. പഞ്ചാബ്, രാജസ്ഥാൻ, ഉത്തർപ്രദേശ്. നാലുമാസം മുമ്പ് പെട്രോളൊഴിച്ച് സ്വയം തീപ്പന്തമായി ആത്മഹത്യ ചെയ്തയാളാണ് ഉത്തർപ്രദേശുകാരൻ. മൊയ്തീൻകുട്ടി വിശദീകരിക്കാൻ തുടങ്ങി. ഞാൻ പേനയും കടലാസുകഷണവുമെടുത്ത് കുറിച്ചെടുക്കാനും.

എട്ടുമാസം മുമ്പ് ഒരു ഹൃദയാഘാതം കൊത്തിക്കൊണ്ടുപോയതാണ് രാജസ്ഥാൻകാരന്റെ ജീവനെ. വെറും മൂന്നുദിവസത്തെ പഴക്കമാണ് രാജസ്ഥാനിയുടെ മരണത്തിന്. റിയാദിലെ ഒരു കമ്പനിയിൽ ഉയർന്ന പദവി വഹിച്ചിരുന്ന അയാൾ സ്യൂട്ടും ടൈയുമണിഞ്ഞ് പാസ്പോർട്ടിൽ പ്രൗഢിയോടെ ചിരിച്ചു. വെറുമൊരു നെഞ്ചുവേദനയുടെ കാരണം പറഞ്ഞാണ് ജീവൻ ആ പ്രതാപശാലിയുടെ ദേഹത്തെ ഉപേക്ഷിച്ചുപോയത്.

ഒരു തുണ്ട് കടലാസിൽപോലും കുറിച്ചുവെക്കാത്ത വിവരങ്ങൾ എത്ര കൃത്യതയോടെയാണ് തെന്നല മൊയ്തീൻ കുട്ടി ഓർത്തെടുത്ത് പറഞ്ഞുതരുന്നതെന്ന് ഞാൻ വിസ്മയിച്ചു. ഒരിക്കലും കണ്ടിട്ടില്ലാത്ത ഒരു നാട്ടിൽനിന്നെത്തിയ, ജീവിച്ചിരിക്കെ തമ്മിൽ കാണുകയോ കേൾക്കുകയോ ചെയ്യാത്ത ആ അന്യനാട്ടുകാരുടെ മൃതദേഹങ്ങൾക്കുവേണ്ടി തന്റെ ഏറ്റവും ഉറ്റവനായ ഒരാളുടെതെന്നതുപോലെയാണ് തെന്നലയുടെ ഇടപെടൽ. മൂന്ന് മൃതദേഹങ്ങളും നാട്ടിൽ അവരുടെ അനന്തരാവകാശികൾക്ക് എത്തിച്ചുകൊടുക്കണം. അതിനുവേണ്ടിയുള്ള ശ്രമങ്ങളിലാണ് ആ ജീവകാരുണ്യപ്രവർത്തകൻ. മരിച്ചവർക്കുവേണ്ടി മാത്രമല്ല, മരിക്കാതെ തന്നെ മൃതിയേക്കാൾ വലിയ നിസ്സഹായാവസ്ഥയിലായിപ്പോകുന്നവർക്കുവേണ്ടിയും തെന്നലയോ ശിഹാബോ ഉണ്ടാവും.

ഏതാനും ദിവസം മുമ്പ് ഇതേ തെരുവിൽ ഇവർ ഇരുവരും കൈകോർത്തിരുന്നു. ഒരു ഹൈദരാബാദി കുടുംബത്തിനുവേണ്ടി. ഒന്നര പതിറ്റാണ്ടോളം നാട്ടിൽ പോകാനാവാതെ നിയമപ്രശ്നങ്ങളിൽപെട്ട് നിരാലംബരായി കഴിഞ്ഞ മുഹമ്മദ് അസീസിനേയും ആറുമക്കളും ഭാര്യയുമടങ്ങുന്ന കുടുംബത്തേയും സുരക്ഷിതരായി ജന്മനാട്ടിലെത്തിക്കാൻ അവർ ഒരുമിച്ച് പ്രയത്നിച്ചു. ഈ ജീവകാരുണ്യ പ്രവർത്തകരോടൊപ്പം നില്ക്കുമ്പോൾ വളർന്നുപന്തലിച്ച ഒരാൽമരത്തിന്റെ ചുവട്ടിലെത്തിയതുപോലെ ദുരിതങ്ങളുടെ സൂര്യതാപമേറ്റ ഓരോ ജീവിതവും ആശ്വസിക്കും.

മരുഭൂമിയിലെ ആൽമരങ്ങൾ

തണലിന്റെ ഉടൽരൂപമാണല്ലോ ആൽമരം. പടർന്ന് പന്തലിക്കുന്ന അത് ആകാശം വീടാക്കിയ പറവകൾ മുതൽ മണ്ണിലെ മനുഷ്യനും പഴുതാരയ്ക്കും വരെ തണലൊരുക്കുന്നു. കാതങ്ങൾ താണ്ടിയ ക്ഷീണവുമായി അണയുന്ന പഥികനെ കുളിർമ്മയുള്ള കാറ്റിന്റെ കൈകളാൽ അണച്ചുപിടിച്ച് വീണ്ടും മറ്റൊരു വലിയ വഴിദൂരം താണ്ടാനുള്ള ഉന്മേഷമേകി വ

ഴികാട്ടുന്ന കാരുണ്യം.

പ്രതിസന്ധികളുടെ സൂര്യൻ കത്തിക്കാളുമ്പോൾ തണലിട്ട് ആശ്രയമേകുന്ന ആ കരുണാകടാക്ഷത്തിലേക്ക് കൃതജ്ഞതയുടെ ഒരു മറുനോട്ടം പോലും അയക്കാൻ നില്ക്കാതെ മുന്നിലുള്ള വഴി ദൂരം മാത്രം ചിന്തിച്ച് പൊടിതട്ടി നടന്നുനീങ്ങുന്ന ജീവിതയാത്രികനോട് പരിഭവത്തിൻെറ ചെറിയൊരു ഇലവാട്ടംപോലും പ്രകടിപ്പിക്കാതെ അടുത്തയാൾക്ക് തണലിടാൻ കാത്തുനില്ക്കുന്ന ദയാവായ്പിന്റെ മരയുടലഴക്.

ഈ ആൽമരങ്ങൾക്ക് പ്രവാസത്തിന്റെ മണൽക്കാട്ടിൽ മനുഷ്യരുടെ രൂപമാണ്. ഒരു ശിഹാബിലും തെന്നലയിലും ഒതുങ്ങുന്നതല്ല ആ വൃക്ഷനിര. പലവിധ പ്രശ്നങ്ങളുടെ നട്ടുച്ചയിൽ വെന്തുപൊരിയുന്ന മനുഷ്യർക്ക് അഭയമേകുന്ന ആ കാരുണ്യത്തണലുകൾക്ക് ദേശം മാറുമ്പോൾ പേരുകൾ വേറെയാണ്. ജിദ്ദയിൽ മുഹമ്മലി പടപ്പറമ്പ്, ദമ്മാമിൽ സഫിയ അജിത്, ഷാജി മതിലകം, നാസ് വക്കം, ബുറൈദയിൽ നൗഷാദ് പോത്തൻകോട്, അൽഖർജിൽ ചന്ദ്രസേനൻ, മജ്മഅയിൽ മുമ്പൊരു കോഴിക്കോടുകാരൻ വിജയകുമാറും അഫീഫിൽ തിരുവനന്തപുരത്തുകാരൻ എഗ്ഗി ജോസഫുമുണ്ടായിരുന്നു... അവസാനിക്കുന്നില്ല ഈ പേരുകൾ.

ജീവിച്ചിരിക്കുന്നവരെപ്പോലെതന്നെ മരിച്ചവർക്കുവേണ്ടിയും ദൈവത്തിന്റെ കൈകൾപോലെ പ്രവർത്തിക്കുന്നവരാണ് ശിഹാബും തെന്നലയും മുഹമ്മദലി പടപ്പറമ്പും. ഓരോരുത്തരുടെ പേരിലും നന്മയുടെ കണക്കെഴുത്തുകാരനായ മാലാഖ രേഖപ്പെടുത്തിയ കണക്കിൽ ആയിരവും ആയിരത്തഞ്ഞൂറിലുമേറെ മൃതദേഹങ്ങൾക്ക് മോക്ഷമാർഗ്ഗം തെളിച്ചതിന്റെ കണക്കുമുണ്ടാകും.

വേണ്ടപ്പെട്ടവർക്കുപോലും വേണ്ടാതായി മാസങ്ങളും വർഷങ്ങളും മോർച്ചറികളിലെ ശീതീകരണികളിൽ കിടന്ന എത്രയെത്ര മരവിച്ച ഉടലുകൾക്കാണ് അവയർഹിക്കുന്ന മരണാനന്തരകർമ്മങ്ങളിലൂടെ മണ്ണിലേക്ക് മടങ്ങാൻ അവസരമൊരുക്കിയത്.

ശിഹാബിന് മറക്കാനാവില്ല ഒന്നര വർഷത്തോളം തന്റെ ശിരസ്സിന് മുകളിൽ ഭാരിച്ച കൃഷ്ണൻകുട്ടിയെ. ജീസാനിലെ ആശുപത്രി മോർച്ചറിയിൽ മരവിച്ചുകിടന്ന ആ കൊല്ലം സ്വദേശിയുടെ മൃതദേഹം നാട്ടിൽ കാത്തിരുന്ന പ്രിയതമയ്ക്കും മക്കൾക്കും എത്തിച്ചുകൊടുത്തിട്ടും ആ പ്രേതബാധയൊഴിഞ്ഞില്ല ശിഹാബിനെ.

മരിച്ചവനുമായുണ്ടായിരുന്ന സാമ്പത്തിക ഇടപാട് തീർക്കാതെ മൃതദേഹം വിട്ടുതരില്ലെന്ന് വാശിപിടിച്ച കൃഷ്ണൻകുട്ടിയുടെ സ്പോൺസറുടെ ദേഷ്യം, ജീസാൻ ഗവർണറുടെ സഹായത്തോടെ മൃതദേഹം വീണ്ടെടുത്തുകൊണ്ടുപോയ ശിഹാബിനോടായി. പലവിധ കേസുകളുടെ രൂപത്തിൽ അയാൾ ഇപ്പോഴും ശിഹാബിനെ വേട്ടയാടുന്നു.

മുഹമ്മദലി പടപ്പറമ്പിനും തെന്നലയ്ക്കും മാത്രമല്ല, ജീവിതവ്യവഹാരങ്ങളിൽ അടിതെറ്റുന്നവരും രോഗം, അപകടം പോലുള്ള ആകസ്മിക

തകളാൽ കവർന്നെടുക്കപ്പെട്ട് ജീവിതനഷ്ടം പേറുന്നവരും തണൽ തേടുന്ന മറ്റ് ആൽമരങ്ങളായ സഫിയ അജിത്തിനും നൗഷാദ് പോത്തൻ കോടിനും നാസ് വക്കത്തിനും ഷാജി മതിലകത്തിനുമെല്ലാം തങ്ങളുടെ സൽപ്രവൃത്തിയുടെ പിന്നിലൂടെ വന്നു പിടികൂടുന്ന ഇത്തരം വേട്ടയാട ലുകളുടെ കഥകൾ പറയാനുണ്ടാവും.

എന്നാൽ ആൽമരത്തെപ്പോലെ ഇവരും നന്ദികേടിന്റെയും ഇരുട്ടടി കളുടെയും സൂര്യാഘാതമേറ്റുണ്ടാകുന്ന ഇലവാട്ടം പുറത്തുകാണി ക്കാതെ വേദന ഉള്ളിലടക്കി പ്രസന്നവദനരായി അടുത്ത ദുരിത ജീവി തങ്ങൾക്ക് തണലിടാൻ തയ്യാറായി നില്ക്കുന്നു. ദൈവത്തോട് നടത്തിയ ഒരു പ്രതിജ്ഞപോലെയാണ് കാരുണ്യവഴികളിലെ ആൽമരങ്ങളായി തങ്ങളുടെ ജീവിതങ്ങളെ ഇവർ സമർപ്പിച്ചിരിക്കുന്നത്.

അന്യദേശത്തെ ഇന്ത്യയുടെ കാരുണ്യ അടയാളങ്ങൾ

അന്യദേശത്ത് ഇന്ത്യയുടെ അടയാളങ്ങളായി മാറിയവരാണ് ഈ കാരുണ്യപ്രവർത്തകർ. ഭാഷ, ദേശം, മതം, വംശം, ആണ്, പെണ്ണ്, ഉള്ള വൻ, ഇല്ലാത്തവൻ എന്ന വ്യത്യാസങ്ങളൊന്നും കൂടാതെ മനുഷ്യരുടെ വേദനയെ മാത്രം തിരിച്ചറിഞ്ഞ് സഹായിക്കാൻ മുന്നിൽനില്ക്കുന്ന ഈ പൗരന്മാരിലൂടെ ഇന്ത്യ കാരുണ്യത്തിൻെറ വലിയ പ്രതീകമായി പ്രവാസ ലോകത്ത് അടയാളപ്പെടുകയാണുണ്ടായത്.

നാനാലോക മനുഷ്യർ സംഗമിച്ച ഗൾഫ് രാജ്യങ്ങളിലെവിടെയും ഇത്തരത്തിൽ ആൽമരത്തണലുകളായി മാറിയ ഇന്ത്യൻ സന്നദ്ധപ്രവ ർത്തകരെ കാണാം. അവരുടെ തണൽ ലഭിക്കുക ഇന്ത്യാക്കാരന് മാത്ര മായിരിക്കില്ല. കണ്ണ് ഏത് ദേശക്കാരന്റേതാണെന്ന് നോക്കിയിട്ടല്ല കണ്ണീ രൊപ്പാൻ ഇവരുടെ കരങ്ങൾ നീണ്ടുവരിക. ഇവർക്ക് തുല്യമായി മറ്റൊരു ദേശക്കാരനെയും ഒരുപക്ഷേ, കണ്ടെത്താൻ കഴിഞ്ഞെന്നുവരില്ല.

തണൽ തേടുന്ന ആൽമരങ്ങൾ

ആൽമരങ്ങൾ വിരിക്കുന്ന തണലിൽ ഇരിക്കുമ്പോഴും നാം ആലിന് തണലുണ്ടോ എന്ന് ആലോചിക്കാറില്ല. വൃക്ഷത്തിൻെറ തലയ്ക്ക് മുക ളിൽ ഒരു സൂര്യൻ കത്തിജ്ജ്വലിച്ചുനില്ക്കുന്ന കാര്യം ആരും ഓർക്കാ റേയില്ല. കിട്ടുന്ന തണലിൽ ആശ്വാസം നേടുന്നവരാണ് നാം. അതുകഴി ഞ്ഞാൽ ആലിനെ തന്നെയും നമ്മൾ സൗകര്യപൂർവ്വം മറക്കും.

മരുഭൂമിയിലെ കാരുണ്യമരങ്ങളെ അടുത്തറിയുമ്പോഴാണ് അവരും സ്വന്തം ജീവിതപ്രതിസന്ധികളുടെ നട്ടുച്ചയിൽ തണലില്ലാതെ പ്രയാ സപ്പെടുന്നവരാണെന്ന് മനസ്സിലാകുക. സമൂഹത്തിന്റെ പ്രശ്നങ്ങൾക്ക് പരിഹാരം തേടി അലയുമ്പോൾ സ്വന്തം ശരീരത്തെ മാരകരോഗം കാർ ന്നുതിന്നുന്നതിന്റെ വേദന സ്വയം കടിച്ചമർത്തുന്നവരും നിത്യജീവിതം പ്രതിസന്ധിയിലായവരുമുണ്ട്. ഉള്ള ഉപജീവനമാർഗ്ഗങ്ങൾപോലും ഈ സാമൂഹിക പ്രവർത്തന അലച്ചിലിനിടയിൽ ശരിയായി നോക്കാതെ നഷ്

ടമായവരുമുണ്ട്.

ദുരിതബാധിതന്റെ കണ്ണീരൊപ്പുമ്പോൾ വേദനകൊണ്ട് നിറയുന്ന സ്വന്തം കണ്ണുകളെ മറച്ചുപിടിക്കാൻ ശ്രമിക്കുന്നവരാണ് അവർ. മരിച്ചവരുടെയും ജീവിച്ചിരിക്കുന്നവരുടെയും സഹായിയായി നടക്കുമ്പോൾ നിരാലംബത അനുഭവിക്കുന്ന സ്വന്തം കുടുംബങ്ങളെക്കുറിച്ചുള്ള ആധികൾ ആരെയുമറിയിക്കാതെ മനസ്സിൽ പേറുന്ന ത്യാഗികൾ.

നിരവധിയാളുകളെ നിയമപ്രശ്നങ്ങളിൽനിന്ന് രക്ഷപ്പെടുത്താനും ജയിലുകളിൽനിന്ന് മോചിപ്പിക്കാനും ജീവിതമുണ്ടാക്കിക്കൊടുക്കാനും സമയം തികയാതെ ഓടുന്ന ഒരു ജീവകാരുണ്യപ്രവർത്തകന് ഇതുവരെ തന്റെ മകളുടെ പാസ്പോർട്ട് ശരിയാക്കിയെടുക്കാൻ കഴിഞ്ഞിട്ടില്ല. നിയമപ്രശ്നങ്ങളുടെ കുരുക്കഴിച്ചെടുക്കാൻ കഴിഞ്ഞിട്ടില്ല. അതുകൊണ്ടുതന്നെ കുടുംബവുമായി നാട്ടിൽ പോകാൻ കഴിയാതെ ദുഃഖം ഉള്ളിലടക്കി കഴിയുന്നു. മറ്റൊരു ജീവകാരുണ്യപ്രവർത്തകനാകട്ടെ ഒന്നര പതിറ്റാണ്ടായി നാട്ടിൽ പോയിട്ടില്ല.

കേൾക്കുമ്പോൾ കുറ്റം പറയാൻ ആളുകളുണ്ടാവും. എന്തുകൊണ്ട് പോകാൻ കഴിയുന്നില്ല എന്ന് അന്വേഷിക്കാൻ, പ്രതിസന്ധിയുണ്ടെങ്കിൽ പരിഹാരം കാണാൻ ആരും തയ്യാറാവുന്നില്ല.

ഇത്തരം വ്യക്തിഗത ജീവിതപ്രതിസന്ധികൾ പോലെതന്നെ ദുരിതബാധിതരെ സഹായിക്കാൻ ഇടപെട്ടതിന്റെ പേരിൽ പല കോണുകളിൽ നിന്ന് പ്രത്യാഘാതങ്ങളും നിയമനടപടികളും അനുഭവിക്കേണ്ടിവന്നവരുമുണ്ട്. ഉപജീവനം നഷ്ടമായവരും ജയലിലേക്ക് പോകാനുള്ള ഭീഷണി നേരിട്ടവരുമുണ്ട്. എന്നിട്ടും തളരാതെ മറ്റുള്ളവർക്ക് തണലിടാൻ കാരുണ്യവഴിയിൽ സഹാനുഭൂതിയുടെ ഇലകൾ വിരിച്ച് തലയുയർത്തി നില്ക്കുന്നു അവർ.

വീണ്ടും ഒരച്ഛന്റെ ഓർമ്മകൾ

...ഞാൻ അവസാനിപ്പിക്കുകയാണ്. ഈ കർക്കിടകത്തിൽ മഴ തകർത്തുപെയ്യുന്നു. പെരുമഴ 'ശ്രീവിഹാറി'നു മുകളിൽ പെയ്തു വീഴുമ്പോഴൊക്കെ ഞാൻ മോനെ ഓർക്കുന്നു. പടിവാതിൽ അടച്ചുപൂട്ടിയാലും ആരോ വന്ന് അതു തുറന്ന് പൂമുഖപ്പടിയിൽ മുട്ടുന്നതുപോലെ. ആത്മാവിന് പൂർവ്വജന്മ ബന്ധങ്ങളില്ല എന്നെഴുതുന്നത് ശരിയാവില്ല.

മഴ പൊഴിക്കുന്ന ഈ രാത്രിയിൽ ഞാൻ അവന്റെ കാസറ്റിലാക്കിയ പാട്ടു വയ്ക്കുന്നു. മൂളുന്ന ടേപ്റെക്കോർഡിനൊപ്പം കളഞ്ഞുപോയ ഒരു ശബ്ദവീചിയെ ഞാൻ തൊട്ടെടുക്കാൻ ശ്രമിക്കുകയാണ്. പരുക്കനായ ഒരച്ഛനായതുകൊണ്ടുമാത്രം ഞാൻ കേൾക്കാതെ പോയ പാട്ടുകൾ കൊണ്ട് എന്റെ ഭൂമി നിറയുകയാണ്. പുറത്ത് മഴ നനഞ്ഞ് എന്റെ മകൻ നില്ക്കുന്നു.

പകയുണ്ടോ എന്ന ചോദ്യത്തിന് ഇപ്പോഴും എനിക്കുത്തരമില്ല. പക്ഷേ, ലോകത്തിനോട് ഒരു ചോദ്യം ഞാനിപ്പോഴും ബാക്കിയാക്കുന്നു. എൻെറ നിഷ്കളങ്കനായ കുഞ്ഞിനെ മരിച്ചിട്ടും നിങ്ങളെന്തിനാണ് മഴയത്ത് നിർത്തിയിരിക്കുന്നത്?

ഞാൻ വാതിലടയ്ക്കുന്നേയില്ല. പെരുമഴ എന്നിലേക്കു പെയ്തു വീഴട്ടെ. ഒരു കാലത്തും വാതിലുകൾ താഴിടാനാവാത്ത ഒരച്ഛനെ അദൃശ്യനായ എന്റെ മകനെങ്കിലും അറിയട്ടെ.

(*ഒരച്ഛന്റെ ഓർമ്മകൾ* - പ്രൊഫ. ടി വി ഈച്ചരവാര്യർ)

ഒരു വലിയ വേദനയായിരുന്നു ഈച്ചരവാര്യർ. ശൂന്യതയാണ് ആ കണ്ണുകളിൽ നിറഞ്ഞിരുന്നത്. അതിന് നടുവിൽ കിടന്ന കൃഷ്ണമണികളുടെ നോട്ടത്തെ പക്ഷേ, ഒട്ടൊരു കുറ്റബോധത്തോടെയോ ദുഃഖഭാരത്തോടെയോ അല്ലാതെ മനഃസാക്ഷിയുള്ള ഒരാൾക്കും നേരിടാനായിട്ടില്ല.

സൗദി തലസ്ഥാനമായ റിയാദിൽ കണ്ടുമുട്ടിയ ജോൺ സേവ്യറെന്ന മനുഷ്യന്റെ കൃഷ്ണമണി മൂർച്ചയെ നേരിടുമ്പോൾ ഓർക്കാൻ ചരിത്രത്തിൽ ഒരു ഈച്ചരവാര്യരേ ഉള്ളൂ.

2009 സെപ്തംബർ മൂന്നിന് ഡൽഹിയിലെ നോയിഡ അമിറ്റി ഡീംഡ് യൂണിവേഴ്സിറ്റി കാമ്പസിലെ നീന്തൽക്കുളത്തിൽ അസ്തമിച്ച ജസ്റ്റിൻ ജോൺ എന്ന എഞ്ചിനീയറിങ് വിദ്യാർത്ഥിയുടെ പിതാവാണ് ആലുവ തെക്കേ വാഴക്കുളം മാളിയേക്കൽ വീട്ടിൽ ജോൺ സേവ്യർ. അടിയന്തരാവസ്ഥയുടെ കരാളകാലം കൊന്നുകുഴിച്ചുമൂടിയ രാജൻ എന്ന ഈച്ചരവാര്യരുടെ മകനും എഞ്ചിനീയറിങ് വിദ്യാർത്ഥിയായിരുന്നു.

ഭരണകൂടം തന്നെ നേരിട്ട് ഒന്നിൽ കുറ്റവാളിയാകുമ്പോൾ ഭരണത്തിലെയോ അധികാര രാഷ്ട്രീയത്തിലേയോ സ്വാധീനംകൊണ്ട് മറ്റൊരിടത്ത് കുറ്റവാളികൾ മറയത്തുതന്നെ നില്ക്കുന്നു.

എന്റെ മകന് എന്തുപറ്റിയെന്ന് അന്വേഷിച്ച് വേദന തിന്നാണ് കേരളത്തിലെ എക്കാലത്തെയും ദുഃഖഭരിതനായ അച്ഛൻ മരിച്ചുപോയത്.

നീന്തൽ വിദഗ്ദ്ധനായ, പൂർണ്ണ ആരോഗ്യവാനായ എൻെറ മകൻ എങ്ങനെയാണ് ഇത്തിരിപ്പോന്ന ഒരു നീന്തൽക്കുളത്തിൽ അസ്തമിച്ചുപോകുകയെന്ന് ചോദിച്ചാണ് നിയമപോരാട്ടത്തിൻെറ വഴിയിൽ ഈ പ്രവാസി അച്ഛൻ നില്ക്കുന്നത്. ആ പിതാവിന്റെ നിശ്ചയദാർഢ്യത്തിന് മുമ്പിൽ നീതിപീഠം വഴങ്ങിയ ഒരു വേളയിലാണ് അയാളെ കാണുന്നത്.

നീന്തൽക്കുളത്തിൽ മുങ്ങുന്നതിനിടയിൽ ഹൃദയാഘാതമുണ്ടായി മരിച്ചതാണെന്ന സി ബി ഐയുടെ റിപ്പോർട്ട് തള്ളിയും പുനരന്വേഷണത്തിന് ഉത്തരവിട്ടും ഗാസിയബാദിലെ പ്രത്യേക സി ബി ഐ കോടതി പുറപ്പെടുവിച്ച വിധി വന്നത് ആയിടയ്ക്കായിരുന്നു. കൃത്യമായി പറഞ്ഞാൽ 2014 ജൂലൈ 15 ന്. നിയമപോരാട്ടം തുടങ്ങി അന്നേക്ക് നാലര വർഷം തികഞ്ഞിരുന്നു.

മകന്റെ കുഴിമാടത്തിൽനിന്ന്...

2009 ഒക്ടോബർ 21, രാവിലെ ഒൻപത് മണി. തെക്കേ വാഴക്കുളം ഉണ്ണി മിശിഹ പള്ളി സെമിത്തേരി. മരിച്ചതിൻെറ 49-ാം ദിവസം, മറമാടിയതിന്റെ 46-ാം ദിവസം, ആ മൃതദേഹം കുഴിയിൽനിന്ന് പുറത്തെടുക്കുന്നതും കാത്ത് എല്ലാവരും നിന്നു. ഡി വൈ എസ് പിമാർ മുതൽ കോൺസ്റ്റബിൾമാർ വരെ കാക്കിപ്പടയുടെ വൻനിര. ഉത്തരവാദപ്പെട്ട മറ്റ് ഉദ്യോഗസ്ഥരും നാട്ടുകാരും അടങ്ങുന്ന ജനക്കൂട്ടം വേറെയും. എല്ലാവരും മുഖകവചം ധരിച്ച്, കുഴിമാന്തുമ്പോൾ വരാനിടയുള്ള ദുർഗ്ഗന്ധത്തെ നേരിടാൻ സജ്ജരായി നില്ക്കുകയാണ്.

അവിടെ മുഖകവചം ധരിക്കാതെ ഒരാളേയുണ്ടായിരുന്നുള്ളൂ. ആ മകന്റെ അച്ഛൻ. ഏക മകന്റെ അരുമയായ ഗന്ധം ആ പിതാവിന് എങ്ങനെ ദുർഗ്ഗന്ധമാകും? കല്ലറയിലേക്ക് നോക്കിനില്ക്കുമ്പോൾ പൂർവ്വജന്മബന്ധങ്ങളുടെ മണ്ണടരുകളെ ഭേദിക്കുന്ന പിറവിയുടെ ഞരക്കങ്ങൾ ജോൺ

സേവ്യറുടെ ഹൃദയത്തെ കൊളുത്തിപ്പിടിച്ചു.

കിലോമീറ്ററുകളോളം അകലെ അങ്കമാലിയിലെ മഞ്ഞപ്രയിൽ നിന്നെത്തിയ കുഴിവെട്ടുകാരൻ മണ്ണുമാന്തൽ തുടരുകയാണ്. തോർത്തു കൊണ്ട് അയാളും മൂക്ക് മറച്ച് മുറുക്കി കെട്ടിയിട്ടുണ്ട്. ചീഞ്ഞ ശവമെടുക്കാൻ സമീപത്തെ കുഴിവെട്ടുകാർ ആരും തയ്യാറില്ലാതെ വന്നപ്പോൾ വിദൂരദേശത്തുനിന്ന് കണ്ടെത്തി വലിയ പണച്ചെലവിൽ കൊണ്ടുവന്നതാണ്. മണ്ണുമാറി, ആറടി കുഴിയിൽ പെട്ടി തെളിഞ്ഞു. അന്നൊരിക്കൽ തന്റെ ഹൃദയത്തോടൊപ്പം ആ അച്ഛൻ ഇറക്കിവെച്ച് മണ്ണുവലിച്ചിട്ട അതേ പെട്ടി. കുഴിയിൽനിന്ന് അതുയർത്തുമ്പോഴേക്കും ചുറ്റും നിരന്നു നിന്നവർ ഒന്ന് പിന്നാക്കം ആഞ്ഞു, കാണാനാവാത്ത കാഴ്ചയിലേക്ക് കണ്ണ് നടാൻ മടിച്ച്.

കുഴിക്ക് പുറത്തെത്തിയ പെട്ടിയുടെ അടുത്തേക്ക് ജോൺ നടന്നു. മൂടി പതിയെ വലിച്ചുതുറന്നു. അരുതായ്ക കാണാൻ മടിച്ച് പിടച്ചുകൊണ്ടിരുന്ന ആളുകളുടെ കണ്ണുകൾ മിഴിച്ചുപോയി. സ്യൂട്ട് ധരിപ്പിച്ച് പൂക്കളാൽ മൂടി പെട്ടിയിൽ കിടത്തിയ അതേ രൂപം ഒരു കേടും പുറത്തറിയിക്കാതെ നീണ്ടുനിവർന്ന്...! പൂക്കൾ മാത്രം വാടിയുണങ്ങിയിരിക്കുന്നു. ദുർഗ്ഗന്ധമേയില്ല. മുഖം മറച്ചിട്ടിരുന്ന വെള്ള തൂവാല ജോൺ എടുത്തു മാറ്റി. അപ്പോൾ ആ ഉള്ളൊന്ന് പിടഞ്ഞു. അന്ത്യകൂദാശയ്ക്കുശേഷം തുവാല അവസാനമായി പുതപ്പിച്ചതും ആ കരങ്ങളായിരുന്നല്ലോ. ഉറങ്ങിയതുപോലുള്ള ഭാവത്തിൽ ഓമനത്തം വിട്ടുമാറാത്ത ആ മുഖം. ജോണിന്റെ ഹൃദയം ഒന്ന് പിടഞ്ഞു.

പൊലീസ് സേനയുടെ അകമ്പടിയിൽ മൃതദേഹം എറണാകുളം ജില്ല ആശുപത്രിയിലേക്ക്. അവിടെ മോർച്ചറിയിൽ ആലുവ മെഡിക്കൽ കോളേജിലെ പൊലീസ് സർജൻ ഡോ. ശ്രീകുമാരിയുടെയും മറ്റ് രണ്ട് സീനിയർ ഡോക്ടർമാരുടെയും നേതൃത്വത്തിൽ ശരീരം വീണ്ടും വെട്ടിക്കീറി. ഓരോ ആന്തരികാവയവങ്ങളും പുറത്തെടുത്ത് വിശദമായി പരിശോധിച്ചു. മോർച്ചറിയുടെ തിണ്ണയിൽ ഉറച്ച മനസ്സോടെ നിന്ന ജോൺ ഒരുവേള അകത്തെ പോസ്റ്റുമോർട്ടം ടേബിളിലേക്ക് ഒന്ന് പാളിനോക്കി. മകന്റെ ശരീരം പല കഷണങ്ങളായി മേശപ്പുറത്ത്! കണ്ണുകൾ തളർന്നുപോയി. കാഴ്ച കലങ്ങി. നെഞ്ച് കിടുകിടുത്തു.

പുതിയ കണ്ടെത്തലുകൾ ഞെട്ടിക്കുന്നതായിരുന്നു. നോയിഡയിലെ സർക്കാർ പോസ്റ്റുമോർട്ടം സെന്ററിലെ ആദ്യ പോസ്റ്റുമോർട്ടം റിപ്പോർട്ടിനെ തള്ളുന്നതായിരുന്നു അത്. ആദ്യ പോസ്റ്റുമോർട്ടത്തിൽ ആന്തരികാവയവങ്ങളൊന്നും തൊട്ടിട്ടേയുണ്ടായിരുന്നില്ല! പോസ്റ്റുമോർട്ടം നടത്തിയെന്ന് വരുത്തി തുറന്ന ശരീരം തിരികെ അടച്ചുതുന്നിക്കെട്ടുകയായിരുന്നു എന്ന് വ്യക്തമായി.

തലയ്ക്കേറ്റ ക്ഷതവും വെള്ളത്തിൽ മുങ്ങിയതും മരണത്തിന് സംയുക്ത കാരണമായി എന്ന് രണ്ടാം പോസ്റ്റുമോർട്ടം റിപ്പോർട്ട് പറഞ്ഞപ്പോൾ ആദ്യത്തേതിൽ മുങ്ങുന്നതിനിടയിലുണ്ടായ ഹൃദയാഘാതമെ

ന്നാണ് പറഞ്ഞിരുന്നത്. ശരീരത്തിലുണ്ടായിരുന്ന പരിക്കുകളെ കണ്ടില്ലെന്ന് നടിക്കുകയും ചെയ്തു. ആന്തരികാവയവങ്ങളുടെ സാമ്പിളുകൾ എടുത്ത ഡോ. ശ്രീകുമാരി അവ കൂടുതൽ വിദഗ്ദ്ധ പരിശോധനയ്ക്ക് ഉന്നത സൗകര്യങ്ങളുള്ള ലബോറട്ടറികളിലേക്ക് അയച്ചു.

കേരളത്തിലെ ഏറ്റവും വിദഗ്ദ്ധ പത്തോളജിസ്റ്റായ ഡോ. ബലരാമനാണ് അന്തിമ പരിശോധന നടത്തിയത്. അദ്ദേഹം തയ്യാറാക്കിയ റിപ്പോർട്ട് ജോണിന്റെ സംശയങ്ങളെ ശരിവെച്ചുകൊണ്ട് കൃത്യതയോടെ ചൂണ്ടിക്കാട്ടി, മരണത്തിലേക്ക് നയിച്ചത് ബാഹ്യമായും ആന്തരികമായും ശരീരത്തിനേറ്റ പരിക്കുകളാണെന്ന്.

അതിങ്ങനെ എണ്ണിപ്പറഞ്ഞു: 1) മരണം സംഭവിക്കുന്നതിനും ഏറെ മുമ്പേ പരിക്കുകളേറ്റിരുന്നു. 2) ആന്തരിക രക്തസ്രാവമുണ്ടായി ചിലയിടങ്ങളിൽ രക്തം കട്ടപ്പിടിച്ചതായി കണ്ടു. 3) വെള്ളത്തിൽ മുങ്ങുന്നതിന് മുമ്പുതന്നെ പലതവണ അബോധാവസ്ഥയിലായി. 4) തലച്ചോറിൽ മാത്രമല്ല, വൃക്കകളിലും പരിക്കേറ്റിരുന്നു. വൃക്കയിൽനിന്ന് മുറിവേറ്റവിധം രക്തസ്രാവമുണ്ടായി. 5) ഒരു ബ്ലൻഡായ ഉപകരണംകൊണ്ടാണ് പരിക്കുകളേറ്റത്.

പോസ്റ്റുമോർട്ടം റിപ്പോർട്ടും അവയവ പരിശോധന ഫലങ്ങളും സൂക്ഷ്മ നിരീക്ഷണത്തിന് വിധേയമാക്കിയ അമൃത ഇൻസ്റ്റിറ്റ്യൂട്ട് ഓഫ് മെഡിക്കൽ സയൻസസിലെ ഫോറൻസിക് ഡിപ്പാർട്ട്മെന്റ് മേധാവി ഡോ. ഉമാദത്തനും കണ്ടെത്തലുകളെ ശരിവെച്ചു. പോസ്റ്റുമോർട്ടം നടപടികൾ മുഴുവൻ ജോൺ വീഡിയോയിലും ഫോട്ടോയിലുമാക്കാൻ ഏർപ്പാടാക്കിയിരുന്നു. ഇപ്പോഴും അതെല്ലാം സൂക്ഷിക്കുന്നു.

പോസ്റ്റുമോർട്ടം റിപ്പോർട്ടിന്റെ അടിസ്ഥാനത്തിൽ കേരള പൊലീസ് പുനരന്വേഷണ നടപടികൾ സ്വീകരിച്ചു. എ എസ് പി, ഡി വൈ എസ് പി, സർക്കിൾ ഇൻസ്പെക്ടർ, സബ് ഇൻസ്പെക്ടർ എന്നിവരടങ്ങുന്ന നാലംഗ ക്രൈം ഡിറ്റാച്ചുമെന്റ് സംഘത്തെ നോയിഡയിലേക്ക് അയച്ചു.

നേര് അറിയിക്കാതെ സി ബി ഐ

വലിയ ആവേശത്തോടെ ഡൽഹിയിലേക്ക് പോയ പൊലീസ് സംഘം സെൻട്രൽ ഏജൻസി അന്വേഷിക്കണം എന്ന റിപ്പോർട്ടുമായാണ് 10 ദിവസത്തിനുശേഷം മടങ്ങിവന്നത്. പൊലീസിൻെറ ചലനം അവിടെ അവസാനിക്കുകയായിരുന്നു. പിന്നെയൊന്നുമുണ്ടായില്ല. ഒരു കാര്യം ജോൺ ഓർക്കുന്നു, പോയപ്പോഴുണ്ടായ ആവേശം തിരികെ വരുമ്പോൾ സംഘത്തിനുണ്ടായിരുന്നില്ല!

കേരള പൊലീസിന്റെ റിപ്പോർട്ട് പ്രകാരം കേന്ദ്ര ഏജൻസിയുടെ അന്വേഷണവും കാത്തിരുന്ന് നിരാശനായ ജോൺ അഞ്ചുമാസത്തിന് ശേഷം കേരള ഹൈക്കോടതിയിൽ റിട്ട് കൊടുത്തു. കേസ് ഗൗരവമായി പരിഗണിച്ച കോടതി സി ബി ഐ അന്വേഷണത്തിന് ഉത്തരവിട്ടു. എട്ടു മാസത്തിനുള്ളിൽ അന്വേഷണം പൂർത്തിയാക്കി റിപ്പോർട്ട് സമർപ്പിക്കാൻ

സി ബി ഐയെ ചുമതലപ്പെടുത്തി.

കുറച്ചുദിവസത്തിനകം തന്നെ ജോൺ സേവ്യറിന് എ ജി അഗർവാൾ എന്ന സി ബി ഐ ഓഫീസറിൽനിന്ന്, കേസ് അന്വേഷിക്കുന്നത് താനാണെന്ന് അറിയിച്ചുകൊണ്ട് ഒരു ഇ മെയിൽ സന്ദേശം ലഭിച്ചു. ശേഷം എട്ടുമാസം കഴിഞ്ഞു. ഒരു അനക്കവുമുണ്ടായില്ല. ഇതിനിടയിൽ പ്രധാനമന്ത്രിക്കും മുഖ്യമന്ത്രിക്കുമെല്ലാം ജോൺ കത്തയക്കുന്നുണ്ടായിരുന്നു.

പതിനൊന്ന് മാസം കഴിഞ്ഞിട്ടും ഒരു അന്വേഷണ പുരോഗതിയും കാണാതായപ്പോൾ സി ബി ഐക്കെതിരെ കോടതിയലക്ഷ്യ ഹർജി കേരള ഹൈക്കോടതിയിൽ ഫയൽചെയ്തു. കോടതിയിൽ ഹാജരായ സി ബി ഐ അന്വേഷണ നടപടി പൂർത്തീകരിക്കാൻ മൂന്നുമാസത്തെ സമയം കൂടി ഇരന്നുവാങ്ങി.

ആദ്യം മുതലേ സി ബി ഐയുടെ സമീപനങ്ങളിൽ ഒരു പന്തികേട് ജോണിന് തോന്നിയിരുന്നു. 14-ാം മാസത്തിൽ ക്ലോഷർ റിപ്പോർട്ട് ഗാസിയാബാദിലെ സി ബി ഐയുടെ പ്രത്യേക കോടതിയിൽ സമർപ്പിച്ചു. പകർപ്പ് എറണാകുളത്തെ ചീഫ് ജുഡീഷ്യൽ മജിസ്ട്രേറ്റ് (സി ജെ എം) കോടതിയിലേക്കുമയച്ചു. രണ്ട് കോടതികളിൽനിന്നും സി ബി ഐ അന്വേഷണ റിപ്പോർട്ട് അംഗീകരിക്കുന്നുണ്ടോ എന്ന് ചോദിച്ച് ജോണിന് കത്തുവന്നു. രണ്ടാം പോസ്റ്റുമോർട്ടം റിപ്പോർട്ടിലെ കണ്ടെത്തലുകളെ തള്ളിക്കളയുന്നതും ഹൃദയാഘാതംമൂലം മരിച്ചതാണെന്ന ആദ്യ പോസ്റ്റുമോർട്ടം റിപ്പോർട്ട് ശരിവെക്കുന്നതുമായ ആ റിപ്പോർട്ട് അംഗീകരിക്കാനാവില്ലെന്ന് ജോൺ മറുപടി നല്കി.

അതിനോടൊപ്പം സി ജെ എം കോടതിയിൽ പ്രശസ്ത എഴുത്തുകാരനും പത്രപ്രവർത്തകനും മുൻ എം എൽ എയുമായ അഡ്വ. സെബാസ്റ്റ്യൻ പോളിനെയും അദ്ദേഹത്തിൻെറ നിർദ്ദേശമനുസരിച്ച് ഗാസിയബാദ് കോടതിയിൽ സുപ്രീം കോടതിയിലെ പ്രമുഖ അഭിഭാഷകൻ സുബൈർ അഹ്മദ് ഖാനെയും ചുമതലപ്പെടുത്തി കേസുമായി മുന്നോട്ടുപോകാൻ തയ്യാറാണെന്ന് ജോൺ കോടതികളെ അറിയിച്ചു. രണ്ടുവർഷമാണ് കേസ് വാദവും വിചാരണയുമായി നീണ്ടത്.

ജസ്റ്റിന്റെ ജീവിതവും മരണവും, ഒരു ഫ്ളാഷ് ബാക്ക്

റിയാദിലെ അദൗലിയ യൂണിവേഴ്സൽ കമ്പനിയിൽ ലോജിസ്റ്റിക് മാനേജരായ ജോൺ സേവ്യറിനും റിയാദിലെ കിങ് സഊദ് മെഡിക്കൽ സിറ്റിയിൽ സ്റ്റാഫ്നഴ്സായ അന്നാജോണിനും മരുന്നും മന്ത്രവുമായി ആറുവർഷം കാത്തിരുന്ന് കിട്ടിയതാണ് അവനെ. മകനും മകളുമൊക്കെയായി ഒറ്റക്കൊരു ജസ്റ്റിൻ. നിലത്തും തലയിലും വെക്കാതെ നെഞ്ചിലേറ്റി അവർ ലാളിച്ചു. മീശപൊടിയുന്ന കൗമാരത്തിലും ലാളന നീണ്ടു.

മിടുക്കനായിരുന്നു അവൻ, സുമുഖനും. ദൃഢഗാത്രനായ അവന്

നല്ല ഉയരമുണ്ടായിരുന്നു. 18–ാം വയസ്സിൽ ആറടി ഒരിഞ്ച്. നീന്തൽ, കുതിരയോട്ടം, ബാസ്കറ്റ് ബാൾ, വാട്ടർ പോളോ എന്നിവയിലെല്ലാം പ്രായം വിസ്മയിച്ച കഴിവ് പ്രകടിപ്പിച്ചു. യേർക്കാഡ് മൗണ്ട് ഫോർട്ട് സ്കൂളിൽ പഠിക്കുമ്പോൾ സ്കൂൾതല വാട്ടർപോളോ മത്സരത്തിൽ ഗോൾഡ് മെഡൽ നേടിയ മിടുക്കൻ. നീന്തലിലും അനുപമമായ കഴിവ് പ്രകടിപ്പിച്ചു.

അങ്ങനെയൊരു കുട്ടി നീന്തൽക്കുളത്തിലെ വെറും നാലര അടി ആഴത്തിൽ മുങ്ങിമരിച്ചുവെന്ന് പറയുമ്പോൾ താനെന്തിന് വിശ്വസിക്കണമെന്ന് ജോൺ സേവ്യർ ചോദിക്കുമ്പോൾ ഇപ്പോഴും സ്വരത്തിൽ രോഷം കത്തുന്നു. അവൻ മുങ്ങിത്താണു എന്ന് വാഴ്സിറ്റി അധികൃതർ ചൂണ്ടിക്കാണിച്ച ഭാഗത്തിന്റെ ആഴം വെറും നാലര അടിയായിരുന്നു. നീന്തൽക്കുളത്തിലെ ഏറ്റവും ആഴം കൂടിയ ഭാഗത്തിനുപോലും ആറടിയിൽ കൂടുതലില്ല.

പതിനെട്ട് വയസ്സിനിടെ ഏതെങ്കിലും തരത്തിലുള്ള അസുഖം ഉണ്ടായിട്ടില്ല. സംഭവംനടന്ന ദിവസം യൂണിവേഴ്സിറ്റിയിലെ വാർഡനടക്കമുള്ളവർ ചോദിച്ച് കുറ്റപ്പെടുത്താൻ ശ്രമിച്ചത് മോന് ഹൃദ്രോഗമുള്ള കാര്യം തങ്ങളോട് എന്തിന് മറച്ചുവെച്ചു എന്നാണ്. ഇല്ലാത്ത രോഗം എങ്ങനെ ഒളിച്ചുവെക്കാനാണ്?

ഏഴാംക്ലാസുവരെ റിയാദിലെ ഇൻറർനാഷണൽ ഇന്ത്യൻ സ്കൂളിലാണ് പഠിച്ചത്. എട്ടാം ക്ലാസിലാണ് ദക്ഷിണേന്ത്യയിലെ ഏറ്റവും മികച്ച സ്കൂളുകളിലൊന്നായ തമിഴ്നാട്ടിലെ യേർക്കാഡ് മൗണ്ട് ഫോർട്ടിൽ എത്തിയത്. സ്കൂൾ കാമ്പസിലെ 14 അടി വെള്ളമുള്ള നീന്തൽക്കുളത്തിലാണ് നീന്തൽ പഠിച്ചത്, 12 വയസ്സുള്ളപ്പോൾ. റിയാദിലും യേർക്കാഡും ഹെൽത്ത് ക്ലബ്ബുകളിലെ പതിവ് സന്ദർശകനായിരുന്നു. ആരോഗ്യം കാര്യമായി തന്നെ അവൻ ശ്രദ്ധിച്ചിരുന്നു.

ഡിസ്റ്റിങ്ഷനോടെ 12–ാം ക്ലാസ് വിജയിച്ചപ്പോൾ ഏറോസ്പെയിസ് എഞ്ചിനീയറിങ്ങിലും ഏവിയോണിക്സിലും ഒരേസമയം ബിരുദം ലഭിക്കുന്ന ഡ്യൂവൽ ഡിഗ്രി പ്രോഗ്രാമിൽ ആകൃഷ്ടനായാണ് 2009 ൽ അമിറ്റിയിൽ ചേർന്നത്.

ആദ്യവർഷ വിദ്യാർത്ഥികൾക്ക് കാമ്പസിലും ഹോസ്റ്റലിലുമെല്ലാം പ്രത്യേക സുരക്ഷ സംവിധാനങ്ങൾ ഏർപ്പെടുത്തിയിട്ടുണ്ടെന്നും മാതാപിതാക്കൾക്ക് തുല്യമായ സംരക്ഷണവും പരിചരണവും ഹോസ്റ്റലിൽ ലഭിക്കുമെന്നുമുള്ള അധികൃതരുടെ ഉറപ്പാണ് പ്രധാനമായും ആ യൂണിവേഴ്സിറ്റി തെരഞ്ഞെടുക്കാൻ തന്നെ പ്രേരിപ്പിച്ചതെന്ന് ജോൺ പറയുന്നു.

അമിറ്റിയിലെത്തിയ ആദ്യ നാളുകളിൽ അവൻ വളരെ സന്തോഷവാനായിരുന്നെങ്കിലും മുതിർന്ന ചില വിദ്യാർത്ഥികളുടെ പെരുമാറ്റം സംബന്ധിച്ച് പിന്നീട് അവന് പരാതികൾ ഉണ്ടായിത്തുടങ്ങിയിരുന്നു. ഇക്കാര്യങ്ങളൊക്കെ മൗണ്ട് ഫോർട്ടിലെ തന്റെ പഴയ സഹപാഠികളോട് അവൻ പങ്കുവെച്ചിരുന്നു. ഈ കുട്ടികളിൽനിന്ന് സി ബി ഐ മൊഴിയെ

ടുത്തിട്ടുണ്ട്.

റാഗിങ്ങിനെക്കുറിച്ചും കാമ്പസിലെ ചില വിദ്യാർത്ഥികളുടെ മയക്കുമരുന്ന് ഉപയോഗത്തെക്കുറിച്ചുമെല്ലാം സുഹൃത്തുക്കളോട് മാത്രമല്ല ഒന്നുരണ്ട് തവണ തന്നോടും പറഞ്ഞിട്ടുണ്ടെന്നും കോളേജ് മാറിയാലോ എന്നൊരു ചിന്ത പങ്കുവെച്ചെന്നും ജോൺ ഓർക്കുന്നു. ഏതായാലും സെപ്തംബർ അവസാനത്തിലെ പാദവാർഷിക അവധിവരെ കാത്തിരിക്കാൻ അവനോട് നിർദ്ദേശിക്കുകയായിരുന്നു. എന്നാൽ അങ്ങെത്തും മുമ്പുതന്നെ വിധി ഒരിക്കലും അവസാനമില്ലാത്ത അവധിക്കാലം പ്രഖ്യാപിച്ചു.

തിരുവോണദിവസം വന്ന ദുരന്തവാർത്ത

2009 ലെ തിരുവോണത്തിന്റെ തലേരാത്രിയിലാണ് മകനുമായി അച്ഛനും അമ്മയും അവസാനം ഫോണിൽ സംസാരിച്ചത്. അത് റമദാൻ രാവായിരുന്നു. സൗദി അറേബ്യയിൽ രാവ് അപ്പോൾ പകലാണ്. കമ്പനികളെല്ലാം രാത്രി വൈകിയും പ്രവർത്തിക്കും.

ഡ്യൂട്ടിക്ക് പോകാനിറങ്ങുന്നതിന് തൊട്ടുമുമ്പ്, അതായത് സൗദി സമയം രാത്രി എട്ടിന് ജോൺ മകനെ വിളിച്ചു. ബാസ്ക്കറ്റ് ബാൾ കളിച്ചെന്നും കാൽമുട്ടിന് ഒരു ചതവ് പറ്റിയെന്നും അവൻ അപ്പോൾ പറഞ്ഞു. നടക്കാൻ പ്രയാസമുണ്ടെന്നും അവൻ ചിണുങ്ങി. ഏക മകനെ ഓമനിച്ച് വളർത്തിയതുകൊണ്ട് കൗമാരക്കാരനായപ്പോഴും കൊഞ്ചലും ചിണുങ്ങലും മാറിയിരുന്നില്ല.

പിന്നീടവൻ അമ്മയുമായും സംസാരിച്ചു. രാത്രി ഒരു മണിയോടെ കമ്പനിയിൽനിന്ന് തിരിച്ചെത്തി ജോണും ഭാര്യയും ഉറങ്ങാൻ കിടന്നു. മൊബൈൽ ഫോണുകൾ സൈലന്റ് മോഡിലിട്ടാണ് ഉറങ്ങാൻ കിടക്കുക പതിവ്. അതുകൊണ്ടുതന്നെ തിരുവോണ ദിവസം രാവിലെ വന്ന കോളുകളൊന്നും ശബ്ദിച്ചില്ല.

തങ്ങളുറങ്ങുമ്പോൾ കാതങ്ങൾക്കകലെ മകനും നിതാന്തമായ ഒരു ഉറക്കത്തിലേക്ക് നീന്തൽക്കുളത്തിൽ മുങ്ങിത്താഴുകയാണെന്ന് അവരറിഞ്ഞിരുന്നില്ലല്ലോ.

ജോൺ സേവ്യറുടെ ഏക സഹോദരി ജെസി മുംബൈയിലെ ഭാരതീയ വിദ്യാഭവനിൽ അക്കൗണ്ടന്റാണ്. അവർ പതിവുപോലെ ഈ സമയം ജസ്റ്റിന്റെ മൊബൈൽ ഫോണിലേക്ക് വിളിച്ചുകൊണ്ടിരിക്കുകയായിരുന്നു.

ഏക മകൾ ഹൃദ്രോഗം വന്ന് മരിച്ചതിൽ പിന്നെ ജെസിയും ഭർത്താവ് തോമസും സ്വന്തം മകനെപ്പോലെയാണ് ജസ്റ്റിനെ കണ്ടിരുന്നത്. അമിറ്റിയിലെ രേഖകളിൽ ലോക്കൽ ഗാർഡിയനായി ചേർത്തിരുന്നതും ഇരുവരേയുമായിരുന്നു. കുറെനേരം ഫോണടിച്ചപ്പോൾ ആരോ എടുത്ത് ജസ്റ്റിൻ അല്പം മുമ്പ് നീന്തൽക്കുളത്തിൽ മുങ്ങി മരിച്ചു എന്ന് പറഞ്ഞു. അപ്പോൾ വീട്ടിൽനിന്നിറങ്ങി ഓഫീസിലേക്ക് പോകാൻ വാഹനത്തിൽ

കയറുകയായിരുന്ന ജെസി മോഹാലസ്യപ്പെട്ടുവീണു.

പിന്നീട് ഡൽഹിയിലുള്ള ബന്ധു നോബിളാണ് വിവരമറിയിക്കാൻ ജോൺ സേവ്യറെ വിളിച്ചുകൊണ്ടിരുന്നത്. പലരും വിളിച്ചു. സൗദി സമയം രാവിലെ പത്ത് മണിയോടെയാണ് ജോണും ഭാര്യയും ഉണരുന്നത്. അപ്പോഴേക്കും ഇരുവരുടേയും മൊബൈൽ ഫോണുകളിൽ നൂറുകണക്കിന് മിസ്ഡ് കോളുകൾ നിറഞ്ഞു കഴിഞ്ഞിരുന്നു.

എന്നാൽ ആ കോളുകളിൽ ഒന്നുപോലും അമിറ്റി യൂണിവേഴ്സിറ്റിയിൽനിന്നുള്ളതായിരുന്നില്ല. അറിയിക്കാൻ ബാദ്ധ്യതപ്പെട്ട അവർ മാത്രം വിളിച്ചില്ല.

ഡൽഹിയിൽനിന്നും മുംബൈയിൽനിന്നും കേരളത്തിൽനിന്നുമൊക്കെ മുഴുവൻ ബന്ധുക്കളും അന്ന് ഉച്ചയോടെ അമിറ്റിയിലെത്തി. അവരെത്തുന്നതിന് മുമ്പുതന്നെ മൃതദേഹം നോയിഡയിലെ സർക്കാർ വക പോസ്റ്റുമോർട്ടം സെന്ററിലേക്ക് കൊണ്ടുപോയിരുന്നു. അത് ബന്ധുക്കൾ ചോദ്യം ചെയ്തപ്പോൾ തിരികെ കൊണ്ടുവന്ന് സമീപത്തെ ഒരു സ്വകാര്യ ആശുപത്രിയുടെ മോർച്ചറിയിൽ വെച്ചു.

ബന്ധുക്കൾ മൃതദേഹം കണ്ട് വിവരം ജോണിനെ അറിയിച്ചു. പരിക്കേറ്റ് കലങ്ങിയതുപോലുള്ള കണ്ണുകളും അസാധാരണമായി കറുത്തനിറം പടർന്ന കൺതടങ്ങളും തങ്ങളിൽ സംശയം ജനിപ്പിച്ച കാര്യവും അവർ പറഞ്ഞു. ജോണിൻെറ സംശയങ്ങളുടെ തുടക്കം ഈ വിവരങ്ങളിൽനിന്നായിരുന്നു.

പിറ്റേന്ന് ബന്ധുക്കളുടെ സാന്നിദ്ധ്യത്തിൽ മൃതദേഹം പോസ്റ്റുമോർട്ടത്തിന് കൊണ്ടുപോയി. വെറും ഒരു മണിക്കൂറിനുള്ളിൽ 'ദൗത്യം' നിർവ്വഹിച്ച് ഡോക്ടർ മൃതദേഹം മടക്കിക്കൊടുത്തു. കൂടെ റിപ്പോർട്ടും.

മൃതദേഹം കൊച്ചിയിൽ കൊണ്ടുവരുമ്പോഴേക്കും എത്തിയാൽ മതിയെന്ന് ബന്ധുക്കൾ നിർദ്ദേശിച്ചതിനാൽ ജോണും ഭാര്യയും സെപ്തംബർ ആറിനാണ് സൗദിയിൽനിന്ന് യാത്ര തിരിച്ചത്. അതിന്റെ തലേദിവസം മൃതദേഹം കൊച്ചിയിൽ കൊണ്ടുവരികയും ആലുവയിലെ സ്വകാര്യ ആശുപത്രി മോർച്ചറിയിൽ സൂക്ഷിക്കുകയും ചെയ്തിരുന്നു.

മകൻെറ മൃതദേഹം നെടുമ്പാശ്ശേരിയിലെത്തിയ ദിവസം വിമാനത്താവളം ജനനിബിഡമായിരുന്നത് ജോൺ ഓർക്കുന്നു. ചെന്നൈയിലെ ആശുപത്രിയിൽ മരിച്ച മേഴ്സി രവിയുടെ (വയലാർ രവിയുടെ ഭാര്യയും മുൻ ജനപ്രതിനിധിയുമായ മേഴ്സി) മൃതദേഹം അന്ന് അതേസമയത്താണ് അവിടെയെത്തിയത്. ഒരേസമയമാണ് ഇരു മൃതദേഹങ്ങളും പുറത്തേക്കു വന്നതും.

വർഷങ്ങൾക്കുശേഷം പ്രവാസികാര്യ മന്ത്രി വയലാർ രവി റിയാദ് സന്ദർശിച്ചപ്പോൾ ഒരു നിവേദനവുമായി പോയി കണ്ടിരുന്നു, അന്വേഷണത്തിന് പ്രവാസികാര്യ വകുപ്പിന്റെ സഹായവും തേടി. അപ്പോൾ ഇക്കാര്യവും മന്ത്രിയോട് പറഞ്ഞു.

പ്രിയ പത്നിയുടെ ചേതനയറ്റ ശരീരത്തെക്കുറിച്ചോർത്ത് കണ്ണു

നിറയ്ക്കുകയും താല്പര്യപൂർവ്വം നിവേദനം വാങ്ങുകയും ചെയ്ത മന്ത്രി ഒരു സഹായവും ചെയ്യാഞ്ഞതുപോകട്ടെ, സാധാരണ മന്ത്രിമാർക്ക് നിവേദനങ്ങൾ നല്കുമ്പോൾ മന്ത്രാലയത്തിൽനിന്ന് പതിവായ അക്നോളഡ്ജ് കാർഡ് അയക്കൽ പരിപാടി പോലുമുണ്ടായില്ലെന്ന് ജോൺ അമർഷത്തോടെ പറയുന്നു.

മകനെ മറമാടി ഒരു മാസത്തിനുശേഷമാണ് അമിറ്റി യൂണിവേഴ്സിറ്റി കാമ്പസും ജീവനെടുത്ത നീന്തൽക്കുളവുമെല്ലാം കാണാൻ നോയിഡയിൽ പോയത്. അതെല്ലാം കണ്ടുകഴിഞ്ഞപ്പോഴാണ് മനസ്സിലെ സംശയങ്ങൾ ബലപ്പെട്ടത്.

നീന്തൽക്കുളത്തിലെ രജിസ്റ്റർ പരിശോധിച്ചപ്പോൾ സംഭവദിവസത്തെ എൻട്രികളെല്ലാം ഒരേ കൈപ്പടയിലുള്ളതാണെന്ന് കണ്ടെത്താനായി. നീന്തൽക്കുളത്തിൽ മുങ്ങിമരിക്കേണ്ട സാഹചര്യമില്ലെന്നും മനസ്സിലായി. കാമ്പസിലാകെ 170 ക്യാമറകൾ ഘടിപ്പിച്ചിട്ടുണ്ടെങ്കിലും നീന്തൽക്കുളത്തിലെ ക്യാമറദൃശ്യങ്ങൾ ചോദിച്ചപ്പോൾ അവിടെ ക്യാമറയില്ലെന്ന മറുപടിയാണ് യൂണിവേഴ്സിറ്റി അധികൃതരിൽനിന്ന് കിട്ടിയത്. ക്യാമറ ഘടിപ്പിച്ചിരുന്നതിന്റെ ശിഷ്ടഭാഗങ്ങൾ കണ്ടെത്തി കാണിച്ചുകൊടുത്തപ്പോൾ അത് കേടായിപ്പോയെന്നായിരുന്നു മറുപടി.

കാമ്പസിൽ നിന്നിറങ്ങി നേരെ പോയത് അന്നത്തെ കേന്ദ്ര ആഭ്യന്തര സഹമന്ത്രി മുല്ലപ്പള്ളി രാമചന്ദ്രൻെറ അടുത്തേക്കായിരുന്നു. എല്ലാം അനുഭാവപൂർവ്വം കേട്ട അദ്ദേഹം അന്നത്തെ ഉത്തർപ്രദേശ് മുഖ്യമന്ത്രി മായാവതിക്കും കേരള ആഭ്യന്തരമന്ത്രി കോടിയേരി ബാലകൃഷ്ണനും കേരള ഡി ജി പി ജേക്കബ് പുന്നൂസിനും മൂന്ന് കത്തുകൾ തന്നു.

മൃതദേഹം പുറത്തെടുത്ത് വീണ്ടും പോസ്റ്റുമോർട്ടം നടത്താൻ ആഭ്യന്തരമന്ത്രാലയം പൊലീസിന് നിർദ്ദേശം നല്കി. ഡി ജി പി അന്നത്തെ എറണാകുളം ഐ ജി വിൻസൻ എം പോളിനെ ചുമതലപ്പെടുത്തി.

മകനെ എക്കാലത്തും മഴയത്ത് നിർത്തില്ല

സത്യം കണ്ടെത്തി ലോകസമക്ഷം അവതരിപ്പിക്കുംവരെ പോരാട്ടം തുടരുകതന്നെ ചെയ്യും എന്ന ദൃഢനിശ്ചയം തിളങ്ങുന്ന ആ കണ്ണുകളിൽ പക്ഷേ, നീതിന്യായ ഇടനാഴികളിലെ വർഷങ്ങൾ നീണ്ട അലച്ചിലിന്റെ വെയിലും ഏകമകൻെറ വിരഹം തീർത്ത നഷ്ടബോധത്തിന്റെ വേദനയും കണ്ണീരും വായിച്ചെടുക്കാമായിരുന്നു. ജീവിതത്തിലെ സന്തോഷവും പ്രതീക്ഷയും ഉത്സാഹവും ജസ്റ്റിനെന്ന വിടവിലൂടെ ചോർന്നുപോയി ഊഷരമായിത്തീർന്ന ജീവിതത്തിൽ ഇനി സമ്പാദിക്കുന്നതെല്ലാം മകന്റെ ഘാതകരെ കണ്ടെത്താനുള്ള അന്വേഷണ വഴിയിൽ ചെലവഴിക്കാനുള്ളത് മാത്രമാണെന്ന് ജോൺ. ഇതുവരെ 40 ലക്ഷം രൂപ ചെലവായി. ഇനിയും എത്രയും ചെലവഴിക്കും. നീതി പുലരുന്നതുവരെ.

ഈച്ചരവാര്യരെപ്പോലെ ചോദ്യം ബാക്കിയാക്കി താനൊടുങ്ങില്ലെന്ന് ആ അച്ഛൻ പറയുന്നു. മകനെ അധികകാലം മഴയത്തുതന്നെ നിർത്താൻ

ഞാൻ സമ്മതിക്കില്ല!

മകന്റെ ഓർമ്മയ്ക്കായി അവന്റെ പേരിൽ ഒരു വെബ്സൈറ്റ് തുടങ്ങി. www.justinjohn.com. മകനോടെന്നപോലെ ഈ വെബ്സൈറ്റിനെ പരിപാലിച്ചാണ് സമയം നീക്കുന്നത്.

നിത്യച്ചെലവിനും കേസ് നടത്തിപ്പിനുമുള്ളത് കഴിഞ്ഞ് ബാക്കിവരുന്ന തങ്ങളുടെ സമ്പാദ്യം ജസ്റ്റിൻ ഫൗണ്ടേഷൻ എന്ന പേരിൽ ആരംഭിച്ച ജീവകാരുണ്യപ്രസ്ഥാനത്തിന്റെ പ്രവർത്തനങ്ങൾക്കുവേണ്ടി മാറ്റിവെക്കുന്നു.

കൗമാരം പിന്നിടാത്ത മക്കളെ കേരളത്തിന് പുറത്തേക്ക് ഉപരിപഠനത്തിന് അയക്കുന്നതിനെക്കുറിച്ച് ചോദിച്ചാൽ ഒറ്റ വാക്കിൽ പെട്ടെന്നാണ് മറുപടി:

“അരുതേ!’’

അക്കേഷ്യ താഴ്‌വരയിലെ ഇടയൻ

'എഡ്ജ് ഓഫ് ദി വേൾഡി'ലെ പ്രകൃതി വിസ്മയങ്ങൾ കണ്ടുമടങ്ങുമ്പോൾ അക്കേഷ്യ താഴ്‌വരയിലാണ് അയാളെ കണ്ടത്. വേനൽ സൂര്യനുനേരെ ദുർബ്ബല പ്രതിരോധം തീർക്കുന്ന അക്കേഷ്യ മരത്തിലേക്ക് ചാരി അതിന്റെ ഇത്തിരി തണലിൽ നില്ക്കുകയായിരുന്നു ആ ഇടയൻ. ആറേഴ് മണിക്കൂറിനിടയിൽ മരുഭൂമിയിൽ കണ്ട ഞങ്ങളല്ലാത്ത മറ്റൊരു മനുഷ്യ ജീവി.

എരിത്രിയക്കാരനായ യുവാവ്. ധരിച്ചിരിക്കുന്ന ളോഹയുടെ തവിട്ട് നിറം അഴുക്കും മെഴുക്കും പിടിച്ച് കറുത്തുപോയിരുന്നു. ദേഹത്തിന്റെ കരിവീട്ടി നിറത്തോട് ചേരുന്നതായി അത്.

പതിവുപോലെ ഒട്ടകക്കൂട്ടത്തെ താഴ്‌വരയിൽ മേയാൻ കൊണ്ടുവന്നതാണ് അയാൾ. ചുറ്റുവട്ടത്തുതന്നെ അക്കേഷ്യ മരങ്ങൾക്ക് ഇടയിലും കുറ്റിച്ചെടികളുടെ പൊന്തകളിലും ഇഷ്ട ഭക്ഷണം തേടി സ്വൈരവിഹാരത്തിലാണ് ഒട്ടകങ്ങൾ. നട്ടുച്ച കഴിഞ്ഞ് സൂര്യൻ പടിഞ്ഞാറേക്ക് നീങ്ങിത്തുടങ്ങിയ നേരത്താണ് കുന്നിനപ്പുറമുള്ള തമ്പിൽനിന്ന് അയാൾ ഒട്ടകങ്ങളുമായി വന്നത്. ഇനി സന്ധ്യമയങ്ങുന്നതുവരെ അവയുടെ മേൽ കണ്ണുറപ്പിച്ച് കാത്തുനില്ക്കണം. താഴ്‌വരയുടെ നിശ്ശബ്ദതയിൽ നേരിയ ഒരു ഇളക്കമുണ്ടാക്കാൻ കാറ്റുപോലും വരാറില്ല. ഏകാന്തതയ്ക്കുപോലും മുഷിവനുഭവപ്പെട്ടുതുടങ്ങുമ്പോൾ അയാൾ മനോരാജ്യത്തിൽ മുഴുകും.

അങ്ങനെ ഒരു പകൽസ്വപ്നത്തിൽ എല്ലാം മറന്നുനില്ക്കുകയായിരുന്നിരിക്കണം. പൊടി പറത്തി ഇരച്ചുതുമിച്ച് വാഹനങ്ങൾ മുന്നിൽ വന്നുനിന്നപ്പോൾ ഒന്ന് നടുങ്ങി ഉണർന്ന പോലെയായി അയാൾ. വാഹനങ്ങളിൽനിന്ന് ഇറങ്ങിയ ഞങ്ങളുടെ കൈകളിൽ കുപ്പിവെള്ളം കണ്ടപ്പോൾ ആ കണ്ണുകൾ തിളങ്ങി. നീട്ടിയ വെള്ളം ആർത്തിയോടെ വാങ്ങി കുടി

ക്കുമ്പോൾ കൊണ്ടുവന്ന വെള്ളം തീർന്നുപോയിരുന്നെന്ന് അയാൾ പറഞ്ഞു.

ആഫ്രിക്കൻ വൻകരയിൽനിന്നുവന്ന ആ യുവാവിനും കിഴക്കനേഷ്യക്കാരായ ആഗതർക്കുമിടയിൽ അറബി പൊതുഭാഷയാകുന്നുവെന്ന് കണ്ടപ്പോൾ അപരിചിതത്വം അകന്നു. റിയാദ് നഗരത്തിൽനിന്ന് രാവിലെ 'ലോകത്തിന്റെ മുനമ്പ്' കാണാൻ പുറപ്പെട്ട ഞങ്ങൾ 185 കിലോമീറ്റർ താണ്ടിയ ആറേഴ് മണിക്കൂറിനിടയിൽ മരുഭൂമിയിൽ മറ്റൊരു മനുഷ്യജീവിയെയും കണ്ടിരുന്നില്ല. അതുകൊണ്ടുതന്നെയാണ് അങ്ങോട്ടുപോയ വഴിയിലൂടെ തിരിച്ചുപോരുമ്പോൾ മുന്നിൽപെട്ട എരിത്രിയൻ യുവാവ് കൗതുകവും ആഹ്ലാദവുമായി തീർന്നത്.

സൗദി അറേബ്യയുടെ തലസ്ഥാന നഗരം ഉൾപ്പെടുന്ന മദ്ധ്യപ്രവിശ്യയിലെ തുവൈഖ് മലനിരകളുടെ ഭാഗമാണ് അക്ഷേഷ്യ താഴ്വരയും അത് ഒടുങ്ങുന്നിടത്തെ 'എഡ്ജ് ഓഫ് ദി വേൾഡ്' എന്ന പ്രകൃതിയുടെ പ്രതിഭാസവും. ദശലക്ഷം വർഷം മുമ്പ് കടലായി കിടന്ന പ്രദേശം കരയായി രൂപാന്തരം പ്രാപിച്ചതിന്റെ അത്ഭുത ബാക്കിപത്രങ്ങൾ സാഹസികരായ സഞ്ചാരികളെ കാത്ത് അവിടെയുണ്ട്. മുന്നിൽ ഭൂമി ഇല്ലാതാകുന്നത് ഗിരിശൃംഗങ്ങളുടെ വിസ്മയത്തുമ്പത്ത് കയറിനിന്ന് കണ്ട് അത്ഭുതപ്പെട്ട് തിരിച്ചുമടങ്ങുമ്പോഴാണ് അതിലും വലിയ വിസ്മയമായി അബ്ദുസമദ് എന്ന ഇടയൻ മുന്നിൽനിന്നത്.

അയാളുടെ കഥ തീർച്ചയായും ത്രസിപ്പിക്കുന്നതായിരുന്നു. അഞ്ചു വർഷം മുമ്പാണ് ഈ താഴ്വരയിൽ എത്തിയത്. അതിർത്തിയിലൂടെ അനധികൃതമായി സൗദി അറേബ്യയിലേക്ക് നുഴഞ്ഞുകടന്നതാണ്. അതുകൊണ്ടുതന്നെ രാജ്യാന്തര യാത്രയ്ക്ക് ആവശ്യമായ പാസ്പോർട്ടും വിസയും സൗദിയിൽ താമസിച്ച് ജോലി ചെയ്യുന്നതിനുള്ള അനുമതിരേഖയായ 'ഇഖാമ'യും ഇല്ല. അതിനി ഉണ്ടാകാനും പോകുന്നില്ല.

അഫ്രിക്കൻ വൻകരയുടെ ചെങ്കടൽ തീരത്തെ എരിത്രിയയിൽനിന്ന് മറുകരയിലെ സൗദിയിൽ എത്തിയത് എങ്ങനെ എന്ന് അറിയാനുള്ള ഞങ്ങളുടെ ആകാംക്ഷയിൽ പ്രകമ്പനങ്ങൾ സൃഷ്ടിച്ച് തന്റെ അതിസാഹസികമായ ആ യാത്രയെക്കുറിച്ച് അയാൾ പറയാൻ തുടങ്ങി.

ചെങ്കടലിന്റെ ഇരുകരകളും തമ്മിൽ അകലം കുറയുന്ന ഭാഗം എരിത്രിയയുടെ അസാബ് തുറമുഖത്തിനും യമന്റെ തലസ്ഥാനമായ സനഅ നഗരത്തോട് ചേർന്നുള്ള തുറമുഖത്തിനും ഇടയിലാണ്. ഇവിടെ കടലിലെ കള്ളവഴികളിലൂടെ മറുകരയുടെ സമൃദ്ധിയിലേക്ക് ജീവിതം അന്വേഷിച്ച് നുഴഞ്ഞുകടക്കുന്ന സംഘത്തിൽ ഒരാളാവുകയായിരുന്നു അബ്ദുസമദും.

അധികൃതരുടെ കണ്ണുവെട്ടിച്ച് യമന്റെ തീരപ്രദേശങ്ങളിലൂടെയും മലഞ്ചെരിവുകളിലൂടെയും നൂറുകണക്കിന് കിലോമീറ്ററുകൾ താണ്ടിയും സൗദി, യമൻ അതിർത്തി ദുർഗ്ഗങ്ങളെ അതിലും വലിയ സാഹസികതയോടെ മറികടന്നും റിയാദിൽ എത്തിയ കഥ അയാൾ പറഞ്ഞപ്പോൾ ജീവൻ നിലച്ചുപോകുന്നതുപോലെ തോന്നി ഞങ്ങൾക്ക്.

നിയമമാർഗ്ഗത്തിലൂടെ റിയാദിൽ വന്ന് ജോലി ചെയ്യുന്ന സഹോദരന്മാരുടെയും ബന്ധുക്കളുടെയും അടുത്താണ് എത്തിയത്. അവരാണ് അനധികൃതരുടെ പറുദീസയായ മരുഭൂമിയിലെ ഇടയ ജീവിതം തരപ്പെടുത്തികൊടുത്തത്.

1,800 റിയാലാണ് ശമ്പളം. അത് കൃത്യമായി ലഭിക്കും. കഴിയുന്നത്ര ഇങ്ങനെ ജോലി ചെയ്ത് ഒരു സമ്പാദ്യം തരപ്പെടുത്തണം. എന്നിട്ട് മടങ്ങണം. വിവാഹം കഴിക്കണം. സുഖമായി ജീവിക്കണം. ഇതൊക്കെയാണ് ഇരുപത്തഞ്ച് വയസ്സിലെത്തിയ ആ ചെറുപ്പക്കാരന്റെ സ്വപ്നങ്ങൾ.

മരുഭൂമിയിലെ തമ്പിലാണ് ജീവിതം. ചൂടും തണുപ്പും എല്ലാം ഒരുപോലെ. രാവിലെ ഉണർന്ന് ഒട്ടകത്തിന് തീറ്റയും വെള്ളവും കൊടുക്കണം. അവയ്ക്ക് കാവലിരിക്കണം. ഉച്ചകഴിയുമ്പോൾ മരുഭൂമിയിൽ മേയാൻ കൊണ്ടുപോകണം. സന്ധ്യമയങ്ങുമ്പോൾ എല്ലാറ്റിനേയും ആട്ടിതെളിച്ച് കൂട്ടിലേക്ക് തിരികെ കൊണ്ടുവരണം. ഒരുദിവസം പോലും അവധിയില്ലാത്ത, മാറ്റമില്ലാത്ത ദിനചര്യ. അപ്പോൾ പിന്നെ പെരുന്നാൾ പോലുള്ള ആഘോഷ അവസരങ്ങളോ എന്ന ഞങ്ങളുടെ ചോദ്യത്തിന് കറപിടിച്ച പല്ലുകളിൽ വിടർന്ന ചിരിയായിരുന്നു മറുപടി. ദുഃഖമോ പരിഹാസമോ എന്താണ് അതിൻെറ ഭാവമെന്ന് തിരിച്ചറിയാൻ കഴിഞ്ഞില്ല.

വല്ലപ്പോഴും സഹോദരന്മാരും മറ്റു ബന്ധുക്കളും മരുഭൂമിയിലേക്ക് വരും. തന്നെ കാണാൻ. ശമ്പളം കിട്ടി കൈയിൽ കരുതിയിരിക്കുന്ന പണം അവരെ ഏല്പിക്കും. നാട്ടിലേക്ക് അയക്കുന്നത് അവർ വഴിയാണ്. നഗരത്തിൽനിന്ന് ഭക്ഷണവുമൊക്കെയാണ് അവരുടെ വരവ്. അതു തന്നെയാണ് തന്റെ പെരുന്നാളുകളെന്നും അത് ഇടയ്ക്കിടെ സംഭവിക്കാറുണ്ടെന്നും പറയുമ്പോൾ ആ മുഖത്തെ പ്രസന്നതയിൽ ഒരു നൊമ്പരത്തിന്റെ ഛായ കണ്ടു.

മരുഭൂമിയിൽ വല്ലപ്പോഴും കണ്ടുമുട്ടുന്ന മനുഷ്യരായി ഞങ്ങൾ മുന്നിൽനിന്നപ്പോൾ അബ്ദുസമദും ആഹ്ലാദത്തിലായിരുന്നു എന്ന് തോന്നി. അതുകൊണ്ടാണ് കൂട്ടത്തിൽ അഴകൊത്തതും അനുസരണ ശീലമുള്ളതും തുണികൊണ്ടുള്ള ഇരിപ്പിടം സ്ഥാപിച്ചതുമായ ഒട്ടക പുറത്ത് കയറി ചുറ്റിയടിക്കാൻ ഞങ്ങളിൽ ഭയമില്ലാത്തവർക്ക് അവസരം നല്കിയത്.

രേഖയില്ലാത്ത ജീവിതവുമായി നാട്ടിലേക്ക് മടങ്ങേണ്ടിവരുമ്പോൾ അത് എങ്ങനെയാവും എന്ന് കൂടി അറിയാൻ ആഗ്രഹം തോന്നി.

“വന്ന വഴികളിലൂടെ തന്നെ”

അബ്ദുസമദിൻെറ മറുപടി ക്ഷണത്തിലായിരുന്നു!

ഗദ്ദാമയെന്ന തടവുകാരി

ആ മതിൽക്കെട്ട് ഒരു രാവണൻ കോട്ടപോലെ അയാളുടെ മുന്നിൽ വഴിതടഞ്ഞുനിന്നു. കഴിഞ്ഞ നാലുവർഷമായി അതിൻെറ മുന്നിലൂടെ പിടയ്ക്കുന്ന ഹൃദയത്തോടെ അയാൾ സഞ്ചരിച്ചുകൊണ്ടിരുന്നു. അവിടെ എത്തുമ്പോൾ വാഹനം പതിയെയാക്കും. ഒച്ചുപോലെ ഇഴഞ്ഞ് മുന്നോട്ടു പോയി തിരിച്ചുവരും.

ദിവസം രണ്ടുനേരമെങ്കിലും അയാൾ അങ്ങനെ ചെയ്തുകൊണ്ടിരുന്നു. അപ്പോഴൊക്കെയും ആ ശക്തിദുർഗ്ഗത്തിലെ ചെറുതും വലുതുമായ കവാടങ്ങളിലേക്ക് ആകാംക്ഷയോടെ അയാൾ ഉറ്റുനോക്കും. പക്ഷേ, ആ വാതിലുകൾ എന്നും അടഞ്ഞുതന്നെ കിടന്നു.

ഒരു ഇരുനില മാളികയെ ചുറ്റുന്ന ആ മതിലിന് ഏതാണ്ട് ആ കെട്ടിടത്തോളം തന്നെ ഉയരമുണ്ട്. സൗദിയിൽ എല്ലാ വീടുകൾക്കും അത്തരത്തിലെ ചുറ്റുമതിലുകളാണുള്ളത്. അകത്തുള്ളവർ അനുവദിക്കാതെ ഒരു ഈച്ചയ്ക്കുപോലും അതിനുള്ളിൽ കടക്കാനാവില്ല. അതുതന്നെയാണ് സെയ്യിദ് നസീറിനെയും വിഷമിപ്പിച്ചുകൊണ്ടിരുന്നത്.

സൗദി തലസ്ഥാന നഗരത്തിലെ ദാഖൽ മഅദൂദ് എന്ന സ്ഥലത്തെ ആ വീടിനുള്ളിൽ തന്റെ കുഞ്ഞിപ്പെങ്ങളുണ്ടെന്ന് അയാൾക്കറിയാം. അല്ല, അങ്ങനെ കേട്ടിരിക്കുന്നു. അത് സത്യമാണോ എന്ന് ഉറപ്പിക്കണം. എന്നിട്ടു വേണം അവളെ ആ തടവറയിൽനിന്ന് രക്ഷിക്കാൻ.

പതിനേഴുവർഷം മുമ്പ് വീട്ടുവേലക്കാരിയുടെ വിസയിൽ നാട്ടിൽനിന്ന് സൗദിയിലേക്ക് വിമാനം കയറിയ പെങ്ങളെയാണ് അയാൾ അന്വേഷിക്കുന്നത്.

നജ്മുൻ ബി എന്നാണ് അവളുടെ പേര്. തമിഴ്നാട്ടിൽ വിഴുപുറം ജില്ലയിലെ ടി കെ പുതുമണ്ഡലം സ്വദേശിനി. തുന്നൽക്കാരനായ ഭർത്താവ് ജംഷിർ ഖാൻെറ വരുമാനംകൊണ്ട് മൂന്നു പെൺകുട്ടികൾ ഉൾ

പ്പെടെ അഞ്ചുമക്കളുള്ള കുടുംബത്തിന്റെ നിത്യച്ചെലവ് പോലും നടന്നു പോകാൻ പ്രയാസപ്പെട്ടപ്പോഴാണ് ഒത്തുകിട്ടിയ വിസയിൽ 34-ാം വയസ്സിൽ കടൽ കടന്നത്.

സ്ത്രീകൾക്ക് ഗാർഹിക തൊഴിലുകൾക്ക് വിദേശത്ത് പോകാൻ കടുത്ത നിയന്ത്രണങ്ങളുള്ള ഇന്ത്യൻ നിയന്ത്രണങ്ങളെ മറികടക്കാൻ ആ യൗവനയുക്തയെ മുംബൈയിൽ കൊണ്ടുവന്ന് പിൻവാതിൽ എമിഗ്രേഷനിലൂടെയാണ് ഏജന്റ് വിമാനം കയറ്റിവിട്ടത്. പറക്കമുറ്റാത്ത കുരുന്നുമക്കളും ഭർത്താവും അന്ന് കണ്ടതാണ് നജ്മുൻ ബിയെ.

മുംബൈയിൽനിന്ന് വിമാനം കയറിയശേഷം ഒരു വിവരവുമുണ്ടായില്ല. സൗദി അറേബ്യയിലേക്കാണോ മറ്റേതെങ്കിലും രാജ്യത്തേക്കാണോ പോയതെന്നോ പോയ ശേഷം എന്താണ് സംഭവിച്ചതെന്നോ അന്വേഷിക്കാൻ പിന്നീട് ആ ഏജന്റിനെ കണ്ടുകിട്ടിയതുമില്ല. ഭർത്താവും കൂടപിറപ്പുകളുമെല്ലാം അന്വേഷിച്ചുതളർന്നു. കടൽ കടന്നുപോയയാളെക്കുറിച്ച് അതിൽ കൂടുതൽ അന്വേഷിക്കാനുള്ള വഴികളൊന്നും ആ ഗ്രാമീണരുടെ മുന്നിലുണ്ടായിരുന്നില്ല.

മൂത്ത മകൻ സലീം മുതിർന്നപ്പോൾ തമിഴ് ടിവിയിലും പത്രത്തിലുമൊക്കെ വാർത്ത കൊടുത്തു പുതിയൊരു അന്വേഷണ വഴി കൂടി പരീക്ഷിച്ചു. നിരാശയായിരുന്നു ഫലം. ഭൂമിയിൽ ജീവനോടെയുണ്ടാവില്ല എന്ന കയ്പേറിയ നിഗമനത്തിന് ഒടുവിൽ അവർ വഴങ്ങി. അകലത്തെവിടെയോ മറഞ്ഞ പ്രിയപ്പെട്ടവളെ ഒട്ടൊരു ഹൃദയവേദനയോടെ അവരെല്ലാം മറന്നുതുടങ്ങി.

കുടുംബം പോറ്റാൻ പ്രയാസപ്പെടുന്ന ഉപ്പയെ സഹായിക്കാൻ സ്കൂൾ വിദ്യാഭ്യാസം പാതിവഴിയിൽ ഉപേക്ഷിച്ച് മകൻ സലീം ഡ്രൈവറായി.

അതിനിടയിൽ റിയാദിൽ ഗ്യാസ് സിലിണ്ടറുകളുടെ ഡെലിവറി കമ്പനിയിൽ ഡ്രൈവർ വിസ കിട്ടി സഹോദരൻ സെയ്യിദ് നസീർ റിയാദിലേക്ക് കുടിയേറി.

ആകസ്മികമായി എത്തിയ വാർത്ത

ഒരു ഓട്ടവുമായി അയൽഗ്രാമത്തിൽ എത്തിയതായിരുന്നു സലീം. കവലയിൽ കൂടിനിന്ന് സംസാരിക്കുന്നവരുടെ വിശേഷങ്ങളിലേക്ക് അയാൾ വെറുതെ ചെന്നുനിന്നതാണ്. വിഴുപുറം ജില്ലക്കാരിയായ ഒരു സ്ത്രീ സൗദിയിലെ റിയാദിൽ വീട്ടുതടങ്കലിൽ കഴിയുന്ന വിശേഷമാണ് അവർ സംസാരിച്ചുകൊണ്ടിരുന്നത്. അന്നാട്ടുകാരനായ ഒരു കണ്ണൻ റിയാദിലുണ്ട്. ഹൗസ് ഡ്രൈവറാണ്. അയാൾ അറിയിച്ച വിവരമാണ്.

അതുകേട്ടതും സലീമിന്റെ ഹൃദയം തുടിച്ചു. അത് ഉമ്മതന്നെയാവും എന്ന് മനസ്സ് പറഞ്ഞു. കണ്ണന്റെ മൊബൈൽ നമ്പർ തരപ്പെടുത്തിയാണ് അന്ന് മടങ്ങിയത്. റിയാദിലുള്ള അമ്മാവൻ നസീറിനെ വിളിച്ചു വിവരം പറഞ്ഞു, കണ്ണന്റെ നമ്പറും കൊടുത്തു.

തന്റെ പരിചയത്തിലുള്ള കല എന്ന ശ്രീലങ്കൻ വീട്ടുവേലക്കാരി

പറഞ്ഞ അറിവാണ് കണ്ണനുണ്ടായിരുന്നത്. അവളുടെ യജമാനത്തിയുടെ മാതാപിതാക്കളുടെ വീട്ടിലാണ് നജ്മുൻ ബി ഉള്ളതെന്നും രണ്ടോ മൂന്നോ തവണ അവിടെ ചെന്നപ്പോൾ കണ്ടിട്ടുണ്ടെന്നും കല അറിയിച്ചു. വർഷങ്ങളായി നാട്ടിൽപോലും പോകാനാവാതെ ഒരുതരം വീട്ടുതടങ്കലിലാണത്രെ കഴിയുന്നത്.

പിന്നീട് കലയുമായി ഫോണിൽ ബന്ധപ്പെട്ട് വീടിന്റെ സ്ഥല സൂചനകൾ നസീർ മനസ്സിലാക്കി. അങ്ങനെയാണ് ആ മതിൽക്കെട്ടിന് ചുറ്റുമുള്ള ഭ്രമണപഥത്തിൽ അയാൾ എത്തിയത്. വാതിലിൽ മുട്ടി ചോദിക്കാനുള്ള ധൈര്യമുണ്ടായില്ല. ഒരുപക്ഷേ, അവിടെ അങ്ങനെയൊരാളില്ലെങ്കിലോ? അല്ലെങ്കിൽ വീടുമാറിപ്പോയാലോ? കൃത്യമായ സ്ഥല വിവരണം ഫോണിലൂടെ നല്കാൻ കലയ്ക്ക് കഴിഞ്ഞിരുന്നില്ല. ഒരു ഏകദേശ ധാരണയിൽ ഉറപ്പിച്ചതാണ്.

നാലുവർഷം അങ്ങനെ കടന്നുപോയി. അതിനിടയിൽ, ഉമ്മ റിയാദിലുണ്ടെന്ന് അറിഞ്ഞതോടെ പൊറുതികേടിലായ സലീം ഒരു ഹൗസ് ഡ്രൈവർ വിസ തരപ്പെടുത്തി റിയാദിൽ എത്തി അന്വേഷണത്തിന് അമ്മാവനോടൊപ്പം കൂടി. ഒരുമിച്ച് ഒരു വർഷം അന്വേഷിച്ചിട്ടും ഒരു ഫലവുമുണ്ടായില്ല.

തമിഴ് സാമൂഹിക പ്രവർത്തകൻ ഫാറൂഖ് കൊട്ടാറിനെ പരിചയപ്പെടാനിടയായത് വഴിത്തിരിവായി. അയാൾ പരിചയപ്പെടുത്തിയ മലയാളി സാമൂഹിക പ്രവർത്തകൻ റഫീഖ് ഉമ്മഞ്ചിറ വഴി ഇന്ത്യൻ എംബസിയിലും സൗദി പൊലീസിലും എത്താനായതോടെ കാര്യങ്ങൾ എളുപ്പമായി.

എംബസി സാമൂഹികക്ഷേമ വകുപ്പ് വിഷയത്തിൽ സജീവമായി ഇടപെട്ടു. സെയ്യിദ് നസീറിൽനിന്ന് പരാതി എഴുതിവാങ്ങിയ ദാഖൽ മഅദൂദ് പൊലീസ് സ്റ്റേഷൻ അധികൃതർ വിഷയം ഗൗരവത്തിലെടുത്ത് അന്വേഷണം തുടങ്ങി. സൗദി വിദ്യാഭ്യാസ വകുപ്പിൽ ഉദ്യോഗസ്ഥനായ തൊഴിലുടമയെയും നജ്മുൻ ബിയെയും രണ്ടോ മൂന്നോ ദിവസത്തെ ഓപ്പറേഷനിലൂടെ സ്റ്റേഷനിലെത്തിക്കാൻ പൊലീസിന് കഴിഞ്ഞു.

മനസ്സും മാംസവും വരണ്ടുണങ്ങിയ തടങ്കൽ ജീവിതം

ദാഖൽ മഅദൂദ് പൊലീസ് സ്റ്റേഷൻ മുറ്റത്ത് തൊഴിലുടമയുടെ കാറിൽ വന്നിറങ്ങിയ മെലിഞ്ഞ ആ സ്ത്രീ രൂപത്തിൽ നസീറിന് തന്റെ കൂടപിറപ്പിനെയൊ സലീമിന് തന്റെ ഉമ്മയേയൊ പെട്ടെന്ന് തിരിച്ചറിയാൻ കഴിഞ്ഞില്ല. ഓർമ്മയിലെ സമൃദ്ധിയിൽനിന്ന്, നിലാവും വെയിലുമേല്ക്കാതെ പതിനേഴുവർഷം തടവിലിട്ട ജീവിതം, മാംസവും തിളക്കവും വാർന്നുകളഞ്ഞ് ഉണക്കിയെടുത്ത രൂപമാണ് അതെന്ന് വേദനയോടെ അവർ തിരിച്ചറിഞ്ഞു.

അപ്പോഴും നജ്മുൻ ബിക്ക് തന്റെ ഉറ്റവരെ മനസ്സിലായില്ല. തന്റെ മുന്നിലുള്ള ആരെയും അവർ കണ്ടതു തന്നെയില്ല. അങ്ങനെ ആരെങ്കിലും മുന്നിലുള്ളതായി അറിഞ്ഞതായി ഭാവിച്ചുമില്ല. ആരെയും തൊടാതെ

അവരുടെ നോട്ടം ശൂന്യതയിലേക്ക് നീണ്ടുപോയി. തങ്കച്ചിയെന്നും അമ്മാ എന്നുമുള്ള വൈകാരികമായ വിളികളുടെ നനവിനൊന്നും ആ മുഖത്തെ വരണ്ട ഭൂമിയെ കുതിർത്ത് ഉണർത്താൻ കഴിഞ്ഞില്ല.

നാട്ടുഭാഷയായ തമിഴിലും വീട്ടുഭാഷയായ ഉറുദുവിലും ആ മകനും സഹോദരനും സംസാരിച്ചിട്ടും അവരിൽ ഒരു പ്രതികരണവുമുണ്ടായില്ല. സംസാരം തുടരാൻ പൊലീസും എംബസിയിൽനിന്നെത്തിയവരും നിർദ്ദേശിച്ചു. പിന്നീട് എപ്പോഴോ ആ മുഖത്തെ വരണ്ട മണ്ണിൽ ഒരിളക്കമുണ്ടായി. ശൂന്യതയിലാണ്ടുകിടന്ന കൃഷ്ണമണികൾ ഒന്ന് പിടച്ചു. മുന്നിൽ നില്ക്കുന്നവരെ മനസ്സിലായതുപോലെ ആ മുഖത്ത് സ്നേഹവാത്സല്യങ്ങളുടെ നേരിയ മിന്നലാട്ടമുണ്ടായി. അവർ എന്തോ പറയാനാഞ്ഞു.

പക്ഷേ, പുറത്തേക്കുവന്നത് അറബി വാക്കുകളായിരുന്നു. അതെ, നാവിൽ അമ്മിഞ്ഞപ്പാലിനോടൊപ്പം പതിഞ്ഞ മാതൃഭാഷകൾ അവർ മറന്നുപോയിരുന്നു.

പതിനേഴുവർഷത്തെ ശമ്പളം എണ്ണൂറ് റിയാൽ!

പതിനേഴുവർഷത്തിനിടയിൽ ആ തൊഴിലുടമ ശമ്പളമായി നല്കിയത് വെറും എണ്ണൂറ് റിയാൽ മാത്രമായിരുന്നു. കേട്ടതും രോഷം കൊണ്ട് ജ്വലിച്ചുപോയി പൊലീസ്. പ്രതിമാസം നിശ്ചിത തുകവെച്ച് മുഴുവൻ കാലത്തെയും ശമ്പളം ഒരുമിച്ചുനല്കാൻ പൊലീസ് ക്യാപ്റ്റൻ അയാളോട് ആവശ്യപ്പെട്ടു. ഇന്ത്യൻ എംബസിയിൽ പോയി അത് രേഖാമൂലം എഴുതികൊടുക്കാനും നജ്മുൻ ബിയെ ഔദ്യോഗികമായി എംബസിയധികൃതർക്ക് കൈമാറാനും സ്റ്റേഷൻ അധികൃതരിൽനിന്ന് ഉത്തരവുണ്ടായി.

റിയാദിലെ ഇന്ത്യൻ എംബസിയിൽ ഉന്നതോദ്യോഗസ്ഥരും സാമൂഹികപ്രവർത്തകരുമാണ് പതിനേഴുവർഷത്തിനുശേഷം പുറംലോകം കണ്ട ആ സാധുസ്ത്രീയെ വരവേറ്റത്. സൗദിയിൽ എത്തിയാൽ രാജ്യത്ത് തങ്ങാൻ ആവശ്യമായ ഔദ്യോഗിക രേഖയായ 'ഇഖാമ' തൊഴിലുടമ എടുത്തുനല്കിയിരുന്നില്ല. പാസ്പോർട്ട് എവിടെയോ നഷ്ടപ്പെട്ടുപോയിരുന്നു. രേഖയിൽ ഇല്ലാത്ത, രേഖകളില്ലാത്ത ജീവിതമായിരുന്നു ഏകാന്തത്തടവിന്റെ പതിനേഴുവർഷങ്ങൾ!

അതുമൂലം ഉടലെടുത്ത നിയമക്കുരുക്കുകളുടെ പ്രതിസന്ധികളായിരുന്നു മോചനശേഷം കാത്തിരുന്നത്. എല്ലാ കുരുക്കുകളും അഴിച്ചെടുക്കാനുള്ള ബാദ്ധ്യത തൊഴിലുടമയ്ക്കാണെന്ന് സൗദി പൊലീസും എംബസി യധികൃതരും ഒരേസ്വരത്തിൽ പറഞ്ഞു. മുഴുവൻ ശമ്പളക്കുടിശ്ശികയും തീർത്തുനല്കി എത്രയും വേഗം നാട്ടിലയക്കാൻ വേണ്ടത് ചെയ്യണമെന്ന അധികൃതരുടെ കർശന നിലപാടിന് മുന്നിൽ വഴങ്ങേണ്ടിവന്നു തൊഴിലുടമയ്ക്ക്.

എന്നിട്ടും അമാന്തവും അലക്ഷ്യവും സംഭവിക്കുന്നു എന്ന് തോന്നിയപ്പോൾ പൊലീസ് സ്വമേധയ കേസെടുത്ത് അയാളെ ലോക്കപ്പിൽ അടച്ചു. അതോടെ വഴിക്കുവന്നു.

നജ്മുൻബിക്ക് അവകാശപ്പെട്ട 12 ലക്ഷത്തോളം രൂപ ബന്ധുക്കൾ വഴി അയാൾ സ്റ്റേഷനിൽ എത്തിച്ചു. തൊഴിലാളിക്ക് 'ഇഖാമ' എടുത്തു നല്കാതെ നിയമലംഘനം നടത്തിയതിനുള്ള വലിയ തുകയുടെ പിഴയും അയാൾ തന്നെ ഒടുക്കി നിയമക്കുരുക്കുകൾ അഴിച്ചു. യാത്രാരേഖകൾ ശരിയാകാൻ പിന്നീട് താമസമുണ്ടായില്ല. വിമാനടിക്കറ്റും അയാൾ തന്നെ എത്തിച്ചു. ദാഖൽ മഅദൂദ് പൊലീസിൻെറ മാതൃകാപരമായ നടപടികൾ ആ സാധുസ്ത്രീക്ക് സ്വന്തം ദേശത്തേക്കുള്ള വഴി വേഗത്തിൽ ഒരുക്കി.

അതുവരെ റിയാദിലെ ഒരു തമിഴ് കുടുംബത്തോടൊപ്പം കഴിഞ്ഞ നജ്മുൻ ബി വൈകാതെ സ്വദേശത്തേക്ക് വിമാനം കയറി, പതിനേഴു വർഷം മുമ്പ് താൻ വന്നിറങ്ങിയ റിയാദിലെ അതേ എയർപോർട്ടിൽനിന്ന്.

നിർവ്വികാരത ഉന്മാദമായപ്പോൾ

രേഖകൾ ശരിയാകാൻ ഒരാഴ്ചയിലേറെ റിയാദിൽ കഴിഞ്ഞപ്പോഴും നജ്മുൻ ബിക്ക് പ്രത്യേകിച്ച് മാറ്റമൊന്നും വന്നിരുന്നില്ല. സൗദി കുടുംബത്തിൽ വീട്ടുവേലക്കാരിയായി നാലുചുമരുകൾക്കുള്ളിലെ അസ്വാതന്ത്ര്യത്തിൽ കഴിഞ്ഞ് അടിമബോധത്തിൽ ആണ്ടുപോയ ആ മനസ്സ് നിവർന്നു വരാൻ കാലമെടുക്കും എന്ന് സമാധാനിച്ചു എല്ലാവരും.

നിർവ്വികാരതയായിരുന്നു ആ രൂപത്തെ ചൂഴ്ന്നുനിന്ന സ്ഥായീ ഭാവം. ഒടുവിൽ ഒടുവിൽ ഒരുതരം ഉന്മാദാവസ്ഥയിലേക്ക് മാറി. റിയാദ് വിട്ടുപോകാൻ സന്നദ്ധയാകാതെ എയർപോർട്ടിൽ അവർ മടിച്ചുനിന്നു. അവധി അനുവദിച്ചുകിട്ടാത്തതിനാൽ മകനോ സഹോദരനോ ഒപ്പം പോകാൻ കഴിഞ്ഞില്ല.

അഞ്ചു മക്കളിൽ നാലുപേർ മാത്രമേ ജീവിച്ചിരിക്കുന്നുള്ളൂവെന്നും ഏതാനും മാസം മുമ്പ് ഇളയ മകൻ ആരിഫ് ആത്മഹത്യ ചെയ്തുവെന്നുമുള്ള ദുഃഖഭരിതമായ വിശേഷത്തിനും ആദ്യമൊന്നും അവരിൽ ഒരു ഇളക്കവും ഉണ്ടാക്കാനായില്ല. പിന്നെ, പിന്നെ ആ നിർവ്വികാരതയിൽ അസാധാരണമായ ഇളക്കങ്ങൾ പ്രകടമാകാൻ തുടങ്ങി.

ഇനിയൊരിക്കലും ഉണ്ടാവില്ല എന്ന് കരുതിയിരുന്ന പുനഃസമാഗമത്തിന് വെമ്പലോടെ ഭർത്താവ് ജംഷീർ ഖാനും പെൺമക്കളായ ഷാഹിദയും റംജാരിയും ബർക്കത്തും ചെന്നൈ വിമാനത്താവളത്തിന് പുറത്തു കാത്തുനില്ക്കുമ്പോഴും വിമാനത്തിൽനിന്ന് ഇറങ്ങിയ നജ്മുൻ ബി പുറത്തേക്ക് പോകാൻ കൂട്ടാക്കാതെ മണിക്കൂറുകളോളം ലോഞ്ചിൽ തന്നെ ഇരുന്നു. ഒടുവിൽ എയർപോർട്ട് പൊലീസിന് ബലം പ്രയോഗിക്കേണ്ടി വന്നു, പുറത്ത് എത്തിക്കാൻ. പതിനേഴുവർഷത്തെ അടിമജീവിതം ആ മനസ്സിനെയും ശരീരത്തെയും അത്രമേൽ സങ്കീർണ്ണമായ ഒരു അവസ്ഥയിൽ എത്തിച്ചിരുന്നു.

പ്രിയപ്പെട്ടവരുടെ സാമീപ്യത്താൽ പതിയെ മാറ്റമുണ്ടായേക്കും എന്ന പ്രതീക്ഷ ബാക്കിനിർത്തി ആ പെണ്ണാൾ ഭർത്താവിനോടും മക്കളോടുമൊപ്പം വീണ്ടെടുക്കപ്പെട്ട ജീവിതത്തിലേക്ക് പതിയെ നടന്നുകയറി.

നാരായണന്റെ കഥ

നാരായൺ... നാരായൺ....

ആരോ കമ്പിയഴികളിൽ തട്ടി ഉറക്കെ വിളിക്കുന്നു. അറബി ഭാഷയുടെ കനപ്പിൽ ഞെട്ടി നാരായണൻ പിടഞ്ഞെഴുന്നേറ്റു. ചുറ്റുമുള്ളവരൊന്നും വിളി കേട്ടിട്ടില്ല. എല്ലാവരും പുലർകാലത്തെ സുഖമുള്ള ഉറക്കത്തിലാണ്. ഇരുകൈപ്പത്തികളും കൊണ്ട് മുഖമുഴിഞ്ഞ് ഉറക്കച്ചടവ് കളയാൻ ശ്രമിച്ചുകൊണ്ട് ഓടി ഇരുമ്പു വാതിലിന് അടുത്തെത്തി.

അഴികൾക്കപ്പുറം പരിചയമുള്ള മുഖം. ജയിലിലെ ഉദ്യോഗസ്ഥരിലൊരാളാണ്. ഇടനാഴിയിലെ ഇരുണ്ട നിശ്ശബ്ദതയെ ഞെട്ടിച്ച് അയാളുടെ പരുക്കൻ ശബ്ദം അറബിയിൽ മുഴങ്ങി:

“വേഗം റെഡിയാകണം. നിൻെറ സാധനങ്ങളെല്ലാം എടുത്തോ. മുദീർ വിളിക്കുന്നു”

ഉദ്യോഗസ്ഥൻ ഇടനാഴിയിലെ ഇരുളിലേക്ക് നടന്നുമറഞ്ഞ ശേഷവും അനങ്ങാനാവാതെ കമ്പിയഴികളിൽ പിടിച്ച് കുറച്ചുനേരം നിന്നു. എന്തിനാവും, ഇത്ര രാവിലെ? ഇതിന് മുമ്പ് ഇങ്ങനെ വിളിച്ചുണർത്തി ഒരുങ്ങാൻ കല്പനയുണ്ടാകുന്നത് പതിവുള്ള കോടതി യാത്രകൾക്ക് വേണ്ടിയായിരുന്നു. രണ്ട് വർഷമായി അത് നിലച്ചിട്ട്. ഇപ്പോൾ എന്തിനാവും? വീണ്ടും കോടതിയിലേക്കാവുമോ? എങ്കിൽ സാധനങ്ങളെടുക്കാൻ പറയില്ലല്ലോ! പോയാലും ഇങ്ങോട്ട് തന്നെയാണല്ലോ തിരിച്ചെത്തുക.

പെട്ടെന്നൊരു ഉൾവിളിയുണ്ടായതുപോലെ അയാൾ ഞെട്ടി. ദൈവമേ, ജയിൽ മാറ്റാനാവുമോ? സെല്ലിൽ ഒപ്പമുണ്ടായിരുന്ന രണ്ടുപേരെ ഇതുപോലൊരു പുലർകാലത്ത് വിളിച്ചുണർത്തി കൊണ്ടുപോയത് ജയിൽ മാറ്റാൻ വേണ്ടിയായിരുന്നു. അൽഹൈറിലെ ജയിലിലേക്ക് കൊണ്ടുപോകുന്നത് വധശിക്ഷ പോലുള്ള കടുത്ത ശിക്ഷയ്ക്ക് വിധി

ക്കപ്പെട്ടവരെയാണെന്ന് കേട്ടിട്ടുണ്ട്. ഇനി, തന്നേയും....! അയാളുടെ മനസ്സ് പതറി. കേസിലെ വാദിഭാഗം മേൽക്കോടതിയിൽ അപ്പീൽ പോയത് എംബസി ഉദ്യോഗസ്ഥൻ വന്നപ്പോൾ പറഞ്ഞത് പെട്ടെന്നോർമ്മ വന്നു. പുതിയ വിധി വല്ലതും വന്നതാവുമോ?

ആലോചിച്ചപ്പോൾ അതായിരിക്കില്ലെന്ന് തോന്നി. വാദിഭാഗം ആവശ്യപ്പെടുന്ന നഷ്ടപരിഹാരം നല്കാൻ ആവതില്ലാത്തവനാണെന്ന ആവലാതി കോടതിയിൽ കിടക്കുകയാണ്. പാപ്പരാണെന്ന് തെളിയിക്കുന്ന രേഖകൾ ഹാജരാക്കിയത് അടുത്തിടെയാണ്. കോടതിയിൽനിന്ന് മറിച്ചൊരു വിധി വരാൻ സാദ്ധ്യതയില്ല.

പിന്നെ എന്തിനാവും? അയാളാകെ പൊറുതിക്കേടിലായി. കമ്പിയഴികളിലെ പിടിവിട്ട് തിരിച്ചുനടന്നപ്പോൾ കാലുകൾ വേച്ചു. പതിവില്ലാത്ത ഒരു അസ്വസ്ഥത തോന്നി. ആലോചിച്ച് നില്ക്കാൻ നേരമില്ല. ഉദ്യോഗസ്ഥൻ വീണ്ടും വരും. അതിന് മുമ്പ് തയ്യാറാവണം. അല്ലെങ്കിൽ അറബിയിലെ ശകാരവും "യാ അള്ളാ, സൂറ... സൂറ" എന്ന അലർച്ചയും കേൾക്കണം.

പിന്നെയെല്ലാം വേഗത്തിലായി. വെള്ളം നിറച്ച ടാങ്കിൽ നിന്ന് നാലഞ്ച് തവണ ബക്കറ്റ് മുക്കിയെടുത്ത് ദേഹത്തൊഴിച്ചു. കിടുങ്ങിപ്പോയി. വല്ലാത്ത തണുപ്പ്. ദീർഘകാലമായി ഉപയോഗിച്ച് ആകെ നിറംകെട്ടുപോയ തോർത്തെടുത്ത് ദേഹം തുടച്ച് വെള്ളം വാർന്നുകളഞ്ഞു. ഉള്ളതിൽ നല്ലൊരു തോബ് (ളോഹ പോലത്തെ അറബി വേഷം) എടുത്ത് ധരിച്ചു. സോപ്പും ചീപ്പും ബ്രഷുമടക്കം തൻേറതാണെന്ന് പറയാവുന്ന സാധനങ്ങളെല്ലാം വാരി ഒരു പ്ലാസ്റ്റിക് കവറിനുള്ളിലാക്കി പൊതിഞ്ഞുകൈയിലെടുത്തു. താടി വളർന്നിരിക്കുന്നു. അതൊന്ന് ഒതുക്കാൻ കൂടി നേരം കിട്ടിയില്ല. പഴ്സ് എടുത്തിട്ടില്ലേ എന്ന് ഒന്ന് കൂടി ഉറപ്പുവരുത്തി. തോബിൻേറ വലിയ കീശയിൽ അത് കിടക്കുന്നുണ്ട്.

അഞ്ചുവർഷവും എട്ട് മാസവും നീണ്ട തടവുകാലത്തിനിടയിൽ പ്രതിമാസ അലവൻസായി 115 റിയാൽ വീതം കിട്ടിയതിൽ നിത്യ ചെലവിന് ശേഷം അവശേഷിച്ചതാണ് പഴ്സിലുള്ളത്. ഒന്നുകൂടി എണ്ണിയുറപ്പാക്കി. 650 റിയാലുണ്ട്! സോപ്പും പേസ്റ്റും പോലുള്ള സാധനങ്ങൾ വാങ്ങിയും നാട്ടിലേക്ക് ഫോൺ ചെയ്തുമാണ് പണമെല്ലാം തീർന്നത്. ആഹാരത്തിന് ജയിലിൽ മുട്ടില്ലായിരുന്നതിനാൽ മറ്റാവശ്യങ്ങൾക്കാണ് പണം ചെലവായത്. സഹതടവുകാരിൽ ചിലർ നടത്തുന്ന ഗ്രോസറി കടകൾ ജയിലിനുള്ളിലുണ്ട്. നടത്തിപ്പുകാരൻ ശിക്ഷ കഴിഞ്ഞോ വധശിക്ഷ നടപ്പായോ പോകുമ്പോൾ അടുത്തയാൾ ആ കടയുടെ ചുമതല ഏറ്റെടുക്കുന്നു. പുറത്തെ വിലയേക്കാൾ പല മടങ്ങ് അധികം കൊടുക്കണം ഓരോ സാധനത്തിനും എന്നുമാത്രം.

പണം കൂടാതെ പഴ്സിലുള്ളത് ജയിലിലെ തിരിച്ചറിയൽ കാർഡാണ്. ഇത്രയും കാലത്തെ അഴുക്കും മെഴുക്കും കൊണ്ട് കാർഡും തന്നെ പോലൊരു തടവുകാരന്റെ അകാല വാർദ്ധക്യം സമ്പാദിച്ചിട്ടുണ്ട്.

അത് കൂടാതെ പഴ്സിലുള്ളത് അയാളുടെ കണ്ണും കരളുമാണ്. പ്രിയതമയുടെയും ഏക മകൻെറയും മുഖങ്ങൾ. രണ്ടുപതിറ്റാണ്ട് മുമ്പ് വിട്ടുപിരിഞ്ഞുപോന്ന പ്രിയപ്പെട്ടവർ. മകൻ അജിത്തിന് അന്ന് അഞ്ച് വയസ്സ് മാത്രം. നിറമിളകി തുടങ്ങിയ ചെറിയൊരു കളർ ഫോട്ടോയിലും മിഴിവോടെ ചിരിച്ചിരിപ്പുണ്ട് ഇരുവരും. പെട്ടെന്നുണ്ടായ ഒരുൾത്തുടിപ്പിൽ കീശയിൽ കൈയിട്ട് പഴ്സെടുത്ത് പരിശോധിച്ചു. ഉവ്വ്, ഫോട്ടോ അവിടെ തന്നെയുണ്ട്.

ഇരുമ്പു വാതിൽ തുറന്നുതന്ന ഉദ്യോഗസ്ഥന്റെ പിന്നാലെ 'സിജിൻ ഇദാറ' എന്ന ജയിൽ ഓഫീസിലേക്ക് നടന്നു. രാവിലെ തന്നെ ജയിലിന്റെ മേധാവി എത്തിയിട്ടുണ്ട്.

"നാരായൺ. നിൻെറ ശിക്ഷാകാലാവധി കഴിഞ്ഞു. അത് എട്ടുമാസം മുമ്പ് തന്നെ അവസാനിച്ചതായിരുന്നു. പൊലീസ് വന്ന് ഏറ്റെടുക്കും എന്ന് കരുതി നീണ്ടതാണ്. ഇനിയും നിന്നെ ഇവിടെ നിർത്താൻ നിയമം അനുവദിക്കുന്നില്ല. ആയതിനാൽ നിന്റെ ഇവിടുത്തെ പൊറുതി ഇന്ന് ഈ നിമിഷം അവസാനിക്കുകയാണ്. പൊലീസുകാർ നിനക്കുള്ള കടലാസുകളുമായി വന്നിട്ടുണ്ട്. നടപടിക്രമം പൂർത്തിയായാൽ നിനക്ക് പോകാം."

കസേരയിൽ നിന്നെഴുന്നേറ്റ അദ്ദേഹം അടുത്തുവന്ന് തോളിൽ തട്ടി. ഓഫീസിന്റെ മുൻവശത്ത് വാഹനവുമായി പൊലീസ് കാത്തുനിന്നിരുന്നു. നടപടികൾ കഴിഞ്ഞപ്പോൾ ജയിലുദ്യോഗസ്ഥരിൽ ഒരാൾ വന്ന് തോളിൽ ചേർത്ത് പിടിച്ച് കവാടത്തിലേക്ക് കൂട്ടികൊണ്ടുപോയി.

"നിനക്ക് പോകാം. പൂർണ്ണ സ്വാതന്ത്ര്യത്തോടെ."

കാവൽ ഭടൻ ഗേറ്റ് തുറന്നു. നാരായണൻ പുറത്തേക്ക് കാലെടുത്തുവെച്ചു. അഞ്ചുവർഷവും എട്ടുമാസവും നീണ്ട തടവുജീവിതത്തിനൊടുവിൽ പുറംലോകത്തെ വെളിച്ചത്തിലേക്കും ചൂടിലേക്കും. എങ്ങോട്ടാണ് പോകേണ്ടത്, എന്താണ് ചെയ്യേണ്ടത് എന്ന ആലോചന അപ്പോഴാണ് തലയിൽ ഓളം വെട്ടാൻ തുടങ്ങിയത്. പോകാമെന്നേ ജയിലുദ്യോഗസ്ഥർ പറഞ്ഞുള്ളൂ. എങ്ങോട്ട് പോകണം എന്ത് ചെയ്യണം എന്ന് പറഞ്ഞില്ല. ജയിലിൽ സഹതടവുകാരായിരുന്ന പലരും ഇതിനിടയിൽ മോചിതരായി പോയിട്ടുണ്ട്. ജയിലിൽനിന്ന് തന്നെ വിമാനത്താവളത്തിൽ കൊണ്ടുപോയി അവരവരുടെ നാടുകളിലേക്ക് കയറ്റി അയക്കുകയാണ് പതിവ്. തന്റെ കാര്യത്തിൽ മാത്രം ആ പതിവ് എന്തുകൊണ്ടാണ് തെറ്റിയത്? അയാൾക്കൊന്നും മനസ്സിലായില്ല. ജയിലുദ്യോഗസ്ഥരോട് തന്നെ ചോദിക്കാം എന്ന് കരുതി തിരിയുമ്പോഴേക്കും വലിയ ഇരുമ്പു ഗേറ്റ് ശബ്ദത്തോടെ അടഞ്ഞുകഴിഞ്ഞിരുന്നു.

പഴ്സിൽ പണമുണ്ട്. തൊട്ടുമുന്നിലുള്ള റോഡിലൂടെ ടാക്സികൾ ഓടുന്നുണ്ട്. ടാക്സിയിൽ കയറാം. പക്ഷേ, എങ്ങോട്ടുപോകണം? അപ്പോഴാണ് ഏതാനും ദിവസം മുമ്പ് അനുജൻ വിശ്വനാഥൻ നാട്ടിൽനിന്ന് വിളിച്ചപ്പോൾ തന്ന കോഴിക്കോട് സ്വദേശി മുഹമ്മദ് കോയയുടെ മൊബൈൽ നമ്പറിനെക്കുറിച്ച് ഓർമ്മ വന്നത്. തന്റെ സുഹൃത്താണ്.

റിയാദിലുണ്ട്. പുറത്തിറങ്ങുമ്പോൾ അയാളെ വിളിക്കണമെന്നാണ് അവൻ പറഞ്ഞത്. നമ്പർ തുണ്ട് കടലാസിൽ എഴുതി പഴ്സിനകത്ത് സൂക്ഷിച്ചിരുന്നത് കണ്ടെത്തി എടുത്തു. അയാളെ ഒന്ന് വിളിച്ചുനോക്കാം. പക്ഷേ, ഫോണില്ല. മൊബൈൽ ഫോൺ സാർവ്വത്രികമാകുന്നതിന് മുമ്പാണ് ജയിലിലായത്. അതിനു ശേഷം സഹതടവുകാരുടെ ഫോണിലൂടെയാണ് നാട്ടിലേക്ക് വിളിച്ച് ഭാര്യയെയും മകനെയും അനുജൻ വിശ്വനാഥനെയുമെല്ലാം ബന്ധപ്പെട്ടിരുന്നത്. ഫോണില്ലാതെ എങ്ങനെ മുഹമ്മദ് കോയയെ വിളിക്കും.

കുറച്ചുനേരം ജയിലിന്റെ കവാടത്തിനരുകിൽ നിന്നു. കാലുവേദനിച്ചപ്പോൾ നിലത്ത് കുത്തിയിരുന്നു. അപ്പോഴാണ് ജയിൽ മുറ്റത്ത് ഒരു വാൻ വന്നു നിന്നത്. സെയിൽസ് വാനാണ്. ജയിലിലിലെ പലവ്യഞ്ജന കടകളിലേക്ക് സാധനങ്ങൾ എത്തിക്കുന്ന വിതരണക്കാരൻ.

നാരായണനെ കണ്ട് അയാൾ വിശേഷം ചോദിക്കാനെത്തി. പരിചയപ്പെട്ടപ്പോൾ ആലപ്പുഴ സ്വദേശി റഷീദാണ്. കോഴിക്കോട്ടുകാരൻ മുഹമ്മദ് കോയയുടെ നമ്പറിലേക്ക് റഷീദിൻെറ ഫോണിൽ നിന്ന് വിളിച്ചു. ബത്ഹയിലെ മലയാളി റസ്റ്റോറന്റിന്റെ അടുത്തെത്താൻ നിർദ്ദേശം കിട്ടി. വാനിൽ കയറ്റി അവിടെയെത്തിച്ച് റഷീദ് പോയി. റസ്റ്റോറന്റ് മാനേജരായ മലയാളിയോട് റഷീദ് എല്ലാം പറഞ്ഞിരുന്നു. അയാൾ ഭക്ഷണം നല്കി. മുഹമ്മദ് കോയയുടെ അടുത്തേക്ക് പോകാൻ ടാക്സിയും ഏർപ്പാടാക്കി. ശിഫ എന്ന സ്ഥലത്തെ മുഹമ്മദ് കോയയുടെ മുറിയിലെത്തി. ആശ്വാസം തോന്നി. തലചായ്ക്കാൻ ഒരിടമായല്ലോ. ഇട്ടിരുന്ന വസ്ത്രം ഊരിയപ്പോഴാണ് കീശയ്ക്ക് ഭാരമില്ലെന്ന് മനസ്സിലായത്. അതെ, പഴ്സ് നഷ്ടപ്പെട്ടിരിക്കുന്നു. ജയിൽ മുറ്റത്തോ ടാക്സിയിലോ എവിടെയെങ്കിലും വീണ് പോയതാകും. ജയിൽ കാലത്തെ സമ്പാദ്യം, ജയിലിലെ തിരിച്ചറിയൽ കാർഡ്, പിന്നെ കണ്ണും കരളും. എല്ലാം പോയി. ദുഃഖം തോന്നി.....

ദിവസങ്ങൾ പലത് കടന്നുപോയി. ഒരു രാത്രി കിടക്കുമ്പോൾ മുഹമ്മദ് കോയ ചോദിച്ചു:

"എത്ര ദിവസം എന്നുവെച്ചാ ഇങ്ങനെ? നാട്ടിൽ പോകണ്ടേ?"

"പോണം" മറുപടി വേഗത്തിലായിരുന്നു.

"പക്ഷേ, എങ്ങനെ?"

"അറിയില്ല, ജയിലുകാർക്കും അറിയാത്തതുകൊണ്ടാണല്ലോ ഇറക്കിവിട്ടത്"

നാരായണന്റെ കഥ

മലപ്പുറം എടപ്പാൾ സ്വദേശി നാരായണൻ അയാളുടെ കഥ പറയുകയായിരുന്നു. വിചിത്രമെന്നോ അവിശ്വസനീയമെന്നോ തോന്നാവുന്ന കഥ. വിവാഹം കഴിഞ്ഞിട്ട് ആകെ ആറുമാസം മാത്രം ഒപ്പം കഴിഞ്ഞ പ്രിയതമയെയും അതിൽ പകുതി കാലം മാത്രം ഓമനിക്കാനായ ഏക ആൺതരിയെയും നാട്ടിൽ ഉപേക്ഷിച്ച് ഇരുപത്തൊന്നു വർഷം റിയാ

ദിൽ കഴിയേണ്ടിവന്ന ഗതികെട്ട പ്രവാസം.

ദുരിതത്തിന്മേൽ ദുർവ്വിധിയായി ചെയ്യാത്ത കുറ്റത്തിന് കേസും കോടതിയും ജയിലും. അഞ്ചു വർഷവും എട്ടുമാസവും കാരാഗൃഹവാസം. ഒരു നാൾ പെട്ടെന്ന് ജയിലിൽനിന്ന് ഇറക്കിവിടപ്പെട്ടപ്പോൾ ഇനിയെന്തു ചെയ്യും എങ്ങോട്ടുപോകും എന്ന പരിഭ്രാന്തിയോടെ ജയിൽ കവാടത്തിലേക്ക് തന്നെ തിരിഞ്ഞുനോക്കി അത് തുറന്നിരുന്നെങ്കിൽ എന്നാശിച്ച് നിന്നുപോയ നിമിഷങ്ങൾ.

കേസ് തീർന്നില്ലെന്നും സ്വപ്നത്തിൽപോലും താങ്ങാൻ പറ്റാത്ത നഷ്ടപരിഹാരം കോടതിയിൽ കെട്ടിവെച്ചാലേ ജന്മനാട്ടിലേക്ക് മടങ്ങാൻ കഴിയൂ എന്നുമുള്ള കനലറിവിൽ പൊള്ളിപ്പോയ ജീവിതവുമായി കഴിഞ്ഞു കൂടേണ്ടിവന്നത് പിന്നേയും ഒരു വർഷം കൂടിയാണ്.

350 റിയാൽ ശമ്പളത്തിലൊരു മോഹ ജോലി

റിയാദിലെ ഒരു ശുചീകരണ കരാർ കമ്പനിയുടെ ലേബർ വിസയിൽ 1989 ൽ പ്രത്യാശയുടെ കടൽ കടക്കുമ്പോൾ കാത്തിരുന്നത് പ്രതിമാസം 350 റിയാൽ ശമ്പളത്തിൽ ഇരുട്ടുവെളുക്കെ വിയർപ്പൊഴുക്കേണ്ട ശുചീകരണത്തൊഴിൽ! 350 റിയാലിൽ ഇഖാമയുടെ (വിദേശികളുടെ ദേശീയ തിരിച്ചറിയൽ കാർഡ്) ഫീസിനത്തിലുള്ള പ്രതിമാസ കിഴിക്കൽ കൂടി കഴിഞ്ഞ് തുച്ഛം എന്ന വാക്കിനെപ്പോലും നാണിപ്പിച്ചുകൊണ്ട് കിട്ടുന്ന ശമ്പളത്തിൽ ഒറ്റയ്ക്കുള്ള ജീവിതത്തിന്റെ രണ്ടറ്റം മുട്ടിക്കാൻ പാടുപെട്ട നാരായണന്റെ തോളിൽ കുടുംബ പ്രാരാബ്ദത്തിന്റെ വലിയൊരു മാറാപ്പ് കിടന്നിരുന്നു. അച്ഛൻ മരിച്ച് അനാഥമായ കുടുംബത്തിന്റെ സംരക്ഷണച്ചുമതല. അമ്മയും വിവാഹ പ്രായത്തിലേക്ക് അടുത്തുകൊണ്ടിരിക്കുന്ന നാല് സഹോദരിമാരും സ്കൂൾ വിദ്യാർത്ഥിയായ അനുജനും.

രണ്ടര വർഷം കഴിഞ്ഞപ്പോൾ ആദ്യത്തെ അവധി. ആദ്യ പെണ്ണുകാണലിലൂടെ ഷീജ ജീവിതസഖിയായി. കുറഞ്ഞ കാലത്തെ ദാമ്പത്യത്തിനുശേഷം റിയാദിലേക്ക് മടങ്ങി. ആ കാലത്തിനിടയ്ക്ക് അവൾക്ക് സമ്മാനിച്ച പ്രണയം ഒരാൺകുഞ്ഞായി പിറന്നപ്പോഴും ഒരു സഹോദരിയുടെ വിവാഹം നടന്നപ്പോഴുമുണ്ടായ പണച്ചെലവ് അടുത്ത നാട്ടിൽ പോക്കിനെ അഞ്ചുവർഷത്തിനപ്പുറത്തേക്ക് ആട്ടിയകറ്റി.

ആ കടങ്ങൾ വീട്ടി അഞ്ചുവർഷം കഴിഞ്ഞ് നാട്ടിലെത്തിയപ്പോൾ ഏക കൺമണി അജിത്തെന്ന അഞ്ചുവയസ്സുകാരനായി ഓടിക്കളിക്കുന്ന പരുവമായിരുന്നു. അത്തവണ ആറുമാസം നാട്ടിൽ നിന്നു. അവധികഴിഞ്ഞ് മടങ്ങിയ ശേഷം പിന്നെ നീണ്ട 21 വർഷം നാട്ടിൽ പോകാനേ കഴിഞ്ഞില്ല. സഹോദരിമാരുടെ വിവാഹച്ചെലവ്, വീട്ടിലെ നിത്യ ആവശ്യങ്ങൾ.

350 റിയാലിൽ നിന്ന് തന്റെ ചെലവ് കഴിഞ്ഞ് ബാക്കി വരുന്ന തുക അയച്ചാൽ കടം തീരുകയല്ല, വായ്പയുടെ ബാങ്ക് പലിശ കൂടി അത് പെരുകുകയാണ് ചെയ്തുകൊണ്ടിരുന്നത്. ഇത്രയും കുറഞ്ഞ ശമ്പളം

കൊണ്ട് ഒരിക്കലും കടങ്ങളിൽനിന്ന് മോചനം നേടാനാവില്ലെന്ന് മനസ്സിലായപ്പോൾ, സഹനീയതയുടെ നെല്ലിപ്പലകയും തകരുമെന്നായപ്പോൾ കമ്പനിയിൽ നിന്ന് ഒളിച്ചോടി. അക്കാലം റിയാദിൽ എവിടെയും ജോലി സുലഭമായിരുന്നു. ഭേദപ്പെട്ട ശമ്പളവും. സ്പോൺസറിങ് കമ്പനിയിൽ നിന്ന് ഒളിച്ചോടുന്നതോടെ അനധികൃതനായി മാറുമെങ്കിലും ജോലിയും ശമ്പളവും ജീവിത ദുരിതങ്ങൾക്ക് അറുതി വരുത്തുന്നതായിരുന്നു.

റിയാദ് നഗരത്തിൻെറ കിഴക്കുഭാഗത്തെ നസീമിൽ ഒരു സർവ്വീസ് സ്റ്റേഷനിൽ ജോലി കിട്ടി. വാഹനങ്ങൾ കഴുകുക. ജോലി കുറച്ചു കഠിനമെങ്കിലും ശമ്പളം ഭേദമായിരുന്നു. ഒൻപത് വർഷമാണ് അവിടെ പണി ചെയ്തത്. പിന്നീട് മറ്റൊരു സർവ്വീസ് സ്റ്റേഷനിലേക്ക് മാറി. ഇതിനിടയിൽ നാട്ടിൽ പോകാനുള്ള പൂതി പെരുത്ത് മനസ്സ് പിടിവിട്ട് സഞ്ചരിക്കാൻ തുടങ്ങിയെങ്കിലും നിയമലംഘകനെന്ന അയോഗ്യത നാട്ടിലേക്കുള്ള വഴിയെ അടച്ചു. പുതിയ സർവ്വീസ് സ്റ്റേഷനിലെ ജോലിക്കിടയിലാണ് ജീവിതത്തെ ആകെ മാറ്റിമറിച്ച ആ സംഭവമുണ്ടായത്.

പരാതി പറയാൻ പോയി ജയിലിലായി

വാഹനം കളവുപോയെന്ന പരാതി കൊടുക്കാൻ പൊലീസ് സ്റ്റേഷനിൽ പോയി ജയിലിലായ കഥയാണ് അത്. 2010 സെപ്തംബർ അഞ്ചായിരുന്നു ആ കറുത്ത ദിനം. ഒരു സൗദി പൗരൻ അയാളുടെ ലാൻഡ് ക്രൂയിസർ കാറുമായി സർവ്വീസ് സ്റ്റേഷനിൽ എത്തുന്നതോടെയാണ് നാരായണ ദുരിതങ്ങളുടെ ആ ഖണ്ഡത്തിന്റെ തുടക്കം. വാഹനം കഴുകാൻ ഏല്പിച്ച് അയാൾ പോയി. കഴുകിക്കഴിഞ്ഞ് വാഹനം മാറ്റിയിട്ടപ്പോൾ ഉടമയുടെ സഹോദരനാണെന്ന് പറഞ്ഞ് മറ്റൊരു അറബി വേഷധാരി എത്തി കാറും കൊണ്ടുപോയി. പിന്നീട് യഥാർത്ഥ ഉടമ വാഹനം എടുക്കാനെത്തിയപ്പോഴാണ് തനിക്ക് പിണഞ്ഞ അബദ്ധം നാരായണന് മനസ്സിലായത്.

ഇരുവരും കൂടി സമീപത്തെ പൊലീസ് സ്റ്റേഷനിൽ പോയി പരാതി നല്കി. ആ രാത്രിയിൽ നാരായണനെ അവിടെയിരുത്തി കാറുടമ അയാളുടെ വീട്ടിൽ പോയി. സ്റ്റേഷനുള്ളിൽ ഒരു രാവ് മുഴുവൻ നീണ്ട ആ ഇരുത്തം പിറ്റേന്ന് ലോക്കപ്പിലേക്കും പിന്നെ മലസിലെ സെൻട്രൽ ജയിലിലേക്കും നീളാനായിരുന്നു വിധി. നാരായണനെ പ്രതിയാക്കി കാറുടമ നഷ്ടപരിഹാരം ആവശ്യപ്പെട്ടാണ് കേസ് രജിസ്റ്റർ ചെയ്തത്. ഒരു ലക്ഷത്തി പതിനയ്യായിരം റിയാലാണ് അയാൾ നഷ്ടപരിഹാരമായി ആവശ്യപ്പെട്ടത്. കാറുകൊണ്ടുപോയയാളെ പിടികിട്ടാത്തത് കൊണ്ടു തന്നെ കോടതിയുടെ മുന്നിലും പ്രതി നാരായണൻ തന്നെയായി.

കളവുകേസിലെ പൊതു അന്യായപ്രകാരം കോടതി അഞ്ചുവർഷത്തെ തടവുശിക്ഷയും സ്വകാര്യ അന്യായപ്രകാരം ലാൻഡ് ക്രൂയിസറിന്റെ വിലയ്ക്ക് തുല്യമായ പിഴയുമാണ് വിധിച്ചത്. അഞ്ചുവർഷത്തെ തടവുശിക്ഷയുടെ കാലാവധി കഴിഞ്ഞെങ്കിലും സ്വകാര്യ അന്യായ

പ്രകാരം കൊടുത്തുവീട്ടേണ്ട നഷ്ടപരിഹാരം ബാക്കി കിടന്നതാണ് തടവുജീവിതത്തെ നീട്ടിയത്. പൊലീസ് എത്താനാണ് ജയിലധികൃതർ കാത്തിരുന്നത്. എട്ടുമാസം കാത്തിട്ടും പൊലീസ് നടപടി ഉണ്ടാകാതെ വന്നപ്പോൾ സ്വന്തം വിവേചനാധികാര പ്രകാരം അവർ മോചിപ്പിച്ചു. എന്നാൽ ജീവിതത്തിന്മേൽ വീണ നിയമത്തിൻെറ കുരുക്ക് അഴിഞ്ഞിരുന്നില്ല. അത് കൂടുതൽ മുറുകുകയാണ് ചെയ്തത്.

സാമൂഹിക പ്രവർത്തകരുടെ ഇടപെടലിലൂടെ കോടതിയിൽനിന്ന് വിധിപ്പകർപ്പ് വാങ്ങി പരിശോധിച്ചപ്പോഴാണ് അവശേഷിക്കുന്ന നൂലാമാലകളെക്കുറിച്ച് മനസ്സിലായത്. നഷ്ടപരിഹാരത്തുക നല്കാനുള്ള ശേഷിയില്ലെന്ന് കാണിച്ച് നാരായണൻ നേരത്തെ കോടതിക്ക് നല്കിയ ഹർജി വാദിഭാഗത്തെ പ്രകോപിപ്പിച്ചിരുന്നു. നഷ്ടപരിഹാരം ഈടാക്കാൻ നടപടി ആവശ്യപ്പെട്ട് വാദിഭാഗം മേൽക്കോടതിയെ സമീപിച്ചു. ജയിൽ മോചനം കിട്ടിയാലും സൗദിയിൽനിന്ന് പുറത്തുകടക്കാൻ കഴിയാത്ത യാത്രാവിലക്കുണ്ടായത് അങ്ങനെയാണ്.

കോടതിയെ അഭയം പ്രാപിക്കുക മാത്രമായിരുന്നു നാരായണന്റെ മുന്നിലുണ്ടായ രക്ഷാമാർഗ്ഗം. പ്രവാസി സാംസ്കാരിക വേദി എന്ന സംഘടനയും അതിന്റെ പ്രവർത്തകരായ ലത്തീഫ് തെച്ചിയും സാദിഖ് ബാഷയുമെല്ലാം ചേർന്ന് വീണ്ടും കോടതിയുടെ മുന്നിലെത്തിച്ചു. കാറുടമയുടെ നഷ്ടപരിഹാരം നല്കുക വഴിയേ കേസിൽ തീർപ്പുണ്ടാകൂ എന്ന് കോടതിയും പറഞ്ഞു. പാപ്പരാണെന്ന് തെളിയിക്കുന്ന രേഖകൾക്ക് സൗദി മോണിറ്ററിങ് ഏജൻസിയുടെ ക്ലിയറൻസ് കിട്ടിയാലേ കോടതി അന്തിമമായി പരിഗണിക്കൂ. ഈ സാഹചര്യത്തിൽ വാദി ഭാഗവുമായി സംസാരിച്ച് കോടതിക്ക് പുറത്ത് ഒത്തുതീർപ്പാക്കാനുള്ള സാദ്ധ്യതയും സാമൂഹിക പ്രവർത്തകർ തേടി. തുക അറുപതിനായിരം റിയാലാക്കി കുറയ്ക്കാൻ അദ്ദേഹം തയ്യാറായി. എന്നാൽ അതും ഈ അൻപത്താറുകാരന് ചിന്തിക്കാൻ കഴിയാത്തതായിരുന്നു.

അനിശ്ചിതത്ത്വങ്ങളുടെ നാളുകൾക്ക് ഒരു വർഷത്തിന്റെ പ്രായമെത്തിയപ്പോൾ കോടതിക്ക് പോലും ഈ സാധുമനുഷ്യനോട് അനുകമ്പ തോന്നി. അപ്പോഴേക്കും മുഹമ്മദ് കോയയുടെ താമസസ്ഥലത്തു നിന്ന് മറ്റ് പല മനുഷ്യസ്നേഹികളുടെയും കാരുണ്യത്തണലുകളിലേക്ക് അന്തിയുറക്കത്തിനുള്ള ഇടം നീങ്ങിക്കൊണ്ടിരുന്നു. സാമൂഹിക പ്രവർത്തകരായ ദീപക് കിളിരൂർ, കോഴിക്കോട് സ്വദേശി അസ്‌ലം തുടങ്ങി പലരും പലവിധ സഹായങ്ങൾ നല്കി.

ഒടുവിൽ ഒരു മലയാളി റസ്റ്റോറന്റിൽ കുറഞ്ഞകാലം ജീവനക്കാരനായി. ശമ്പളവും ഭക്ഷണവും കിടക്കാനിടവും കിട്ടി. എന്നാലും ജന്മനാടിനെയും പ്രിയപ്പെട്ടവരെയും കാണാതെ ഇരുപത്തൊന്നു വർഷത്തെ ഒറ്റപ്പെടലിൽ വരണ്ടുപോയ ജീവിതം ഇനിയും നീട്ടരുതെന്ന് കോടതിക്ക് തോന്നി. യാത്രാവിലക്ക് നീക്കാൻ കോടതി തീരുമാനിച്ചു.

അപ്പോഴേക്കും അടുത്ത കടമ്പ മുന്നിലുയർന്നുകഴിഞ്ഞിരുന്നു.

പത്തൊൻപത് വർഷം ഇഖാമ പുതുക്കാത്തതിന്റെ പിഴയുൾപ്പെടെ കനത്ത ഫീസും മറ്റുമായി മറ്റൊരു വൻതുക വൻമല കണക്കേ തടസ്സമായി നിന്നു. ഇന്ത്യൻ എംബസിയിൽ നിന്ന് ഔട്ട് പാസ് അനുവദിച്ചു കിട്ടിയെങ്കിലും സൗദി അധികൃതരിൽനിന്ന് എക്സിറ്റ് വിസയുടെ മുദ്ര പതിഞ്ഞുകിട്ടാൻ മറ്റൊരു മലയാളി സാമൂഹിക പ്രവർത്തകൻ റാഫി പാങ്ങോടിന്റെ ഇടപെടലും അദ്ദേഹത്തിന്റെ സൗദി ഉദ്യോഗസ്ഥ സൗഹൃദങ്ങളും വേണ്ടിവന്നു.

എല്ലാറ്റിനുമൊടുവിൽ, യാതനകളുടെ നോവുമുന കൊണ്ടെഴുതിയ തന്റെ കഥ നീരുവറ്റിയ കണ്ണുകളുടെ ശൂന്യതയിൽ ഒളിപ്പിച്ച് അയാൾ നാട്ടിലേക്ക് പറന്നു, കാത്തിരിക്കുന്ന അമ്മയുടെയും ജീവിത സഖിയുടെയും ഏക മകന്റെയും അരുകിലേക്ക്, വേദന മുറ്റിയ ചിരിയുമായി.

യേഷ്ഫി?

മരുഭൂമിയിൽ മഞ്ഞുറയുന്ന ജനുവരിയിലെ ഒരു രാത്രിയിലാണ് ഗൾഫ് സ്വപ്നങ്ങൾ കൂമ്പുനീട്ടിയ നെഞ്ചിൻകൂടയുമായി റിയാദിൽ വിമാനമിറങ്ങിയത്. വിസ തന്ന നാട്ടുകാരൻ പുറത്ത് വാഹനവുമായി കാത്തുനിന്നിരുന്നു.

അയാളും സൗദി പൗരനും ചേർന്ന് തുടങ്ങുന്ന പുതിയ പരസ്യ കമ്പനിയിൽ ജീവിതം പരീക്ഷിക്കാനാണ് വരവ്. അയൽനാട്ടുകാരനായ നിസാർ എന്ന ചെറുപ്പക്കാരനും കൂടെപോന്നിട്ടുണ്ട്. രണ്ടുപേർക്കും ഒരേ ജോലിയാണ് പറഞ്ഞിരിക്കുന്നത്. വിസ കൊണ്ടുവന്ന് പ്രലോഭിപ്പിച്ച് വിമാനം കയറാൻ പ്രേരിപ്പിച്ച നാട്ടുകാരൻ വിസയുടെ യഥാർത്ഥ ഉടമയായ സൗദി പൗരൻ അറിയാതെ നല്ലൊരു തുക ആദ്യമേ കൈപ്പറ്റിയിരുന്നു.

നേരത്തെ വലിയ പരസ്യക്കമ്പനികളിൽ ജോലി ചെയ്ത പരിചയം പറഞ്ഞാണ് അയാൾ അറബിയെ പ്രലോഭിപ്പിച്ച് പുതിയ പരസ്യക്കമ്പനിക്ക് പദ്ധതിയൊരുക്കിയത്. തുടങ്ങുന്ന കമ്പനിയിൽ അയാളുടേത് മാർക്കറ്റിങ് മാനേജരുടെ പദവിയാണ്.

വിമാനത്താവളത്തിനുള്ളിലെ സമശീതോഷ്ണ സുഖത്തിൽനിന്ന് പുറത്തെത്തിയതും കൊടും ശൈത്യത്തിന്റെ സൂചിമുനകൾ ശരീരത്തെ കുത്തി നോവിക്കാൻ തുടങ്ങി. കമ്പനി വക പിക്കപ്പ് വാനിന്റെ വാതിൽ തുറന്ന് അകത്തേക്ക് കയറിയപ്പോൾ ആശ്വാസം തോന്നി. ഒരിളം ചൂട് അതിനുള്ളിലുണ്ടായിരുന്നു. കിങ് ഖാലിദ് വിമാനത്താവളത്തിൽനിന്ന് പുറത്തുകടന്ന് ഹൈവേയിലൂടെ മരുഭൂമിയുടെ രാത്രിക്കാഴ്ചകളെ പിന്നോക്കം പായിച്ച് മുന്നോട്ടു പോകുമ്പോൾ സ്വപ്നങ്ങൾ യാഥാർത്ഥ്യങ്ങളിലേക്ക് കാൽനീട്ടി തൊടുന്നപോലെ. അങ്ങനെയൊരു തോന്നലിന്റെ ആവേശക്കൊളുത്തിൽ ഞാന്നുകിടന്ന് മനസ്സ് തുള്ളിച്ചാടി. മുന്നോട്ട് പോകുന്തോറും നഗരത്തിന്റെ വെളിച്ചപ്പൊട്ടുകൾ വലുതായി വന്ന് കാഴ്ചയെയും വിചാരങ്ങളെയും പൊതിഞ്ഞു.

മരുഭൂമിയുടെ നടുവിൽ ഉലയൂതി തിളക്കിയ ആഴിപോലെ രാത്രി

യിലെ റിയാദ് നഗരം. ചുട്ടുപഴുത്ത ഹീറ്റർ കോയിൽ ചുരുൾ നിവർന്ന് കിടക്കുന്നപോലെ പല കൈവഴികൾ വിരിച്ച് അത് വെട്ടിത്തിളങ്ങി. ലോകത്തെ ഏറ്റവും വലിയ ആശ്രിതവത്സല രാജ്യങ്ങളിലൊന്നായ സൗദി അറേബ്യയുടെ തലസ്ഥാന നഗരി. ലോകത്തിന്റെ നാനാദിക്കുകളിൽ നിന്നുവന്ന് കുടിയേറിപ്പാർത്തവരുടെ ആ നഗരത്തെക്കുറിച്ചുള്ള കേട്ടറിവുകൾ കൊണ്ടു മനസ്സിൽ പടുത്തുയർത്തിയ സങ്കല്പ വീട്ടിലേക്ക് പുതിയൊരു അഭയാർത്ഥി കൂടി. ഇനിയൊരു നീണ്ടകാലം ഈ മണൽനഗരത്തിലെ അൻപത് ലക്ഷത്തിൽപ്പരം ജനസംഖ്യയിൽ ഒരു മണൽത്തരിയായി ഈയുള്ളവനും.

നഗരത്തിരക്കിന്റെ വെളിച്ചച്ചിന്തുകൾ വീണുകിടന്ന വഴികളിലൂടെ വളയം പിടിച്ചയാളുടെ മനോഗതി പോലെ വണ്ടി പാഞ്ഞുകൊണ്ടിരുന്നു. വീടുകളുടെ വലിയ ചുറ്റുമതിൽക്കെട്ടുകൾക്കിടയിൽ ഞെങ്ങിഞെരുങ്ങി വീർപ്പുമുട്ടലായി കിടന്ന ഗല്ലിയിലേക്ക് കയറിയ വണ്ടി വീണ്ടും കുറെ മുന്നോട്ടോടി ഒരു മതിൽക്കെട്ടിൻെറ മുന്നിൽ നിന്നു.

"വരൂ, അബൂഫൈസലിനെ കാണാം"

ഡോർ തുറന്ന് പുറത്തിറങ്ങുന്നതിനിടയിൽ മാനേജർ ക്ഷണിച്ചു. ഞാനും നിസാറും കിടുകിടുത്തുകൊണ്ട് പുറത്തെ തണുപ്പിലേക്കിറങ്ങി. കേരളത്തിലെ സുഖകരമായ കാലാവസ്ഥയിൽനിന്ന് ധരിച്ചുകൊണ്ടുവന്ന വസ്ത്രമാണ്. മരുഭൂമിയിലെ കൊടും തണുപ്പിനെ നേരിടാൻ ആവതില്ലെന്ന് ശരീരത്തെ കോച്ചിവിറപ്പിച്ചുകൊണ്ട് അത് ഓർമ്മപ്പെടുത്തി. കൈകൾ നെഞ്ചിലേക്ക് പിണച്ചുചേർത്തു കിടുകിടുക്കുന്ന താടിയെല്ലുകൾ പാടുപെട്ടടക്കി ഞങ്ങൾ ആ മതിൽക്കെട്ടിൻെറ അടഞ്ഞുകിടന്ന വലിയ കവാടത്തിന്റെ മുന്നിൽ പോയിനിന്നു. തൻെറ പേജറെടുത്ത് മെസേജ് അയച്ച ശേഷം അയാൾ പറഞ്ഞു, "ഇപ്പോൾ വരും."

അല്പം കഴിഞ്ഞപ്പോൾ വലിയ ഇരുമ്പുകവാടം തുറന്ന് ഒരു ഭീമാകാരം പ്രത്യക്ഷപ്പെട്ടു. സാമാന്യം വലിയ വാതിലായിട്ടും ആ രൂപം നിറഞ്ഞു ഞെരുങ്ങിയാണ് പുറത്തേക്കിറങ്ങിയത്.

"അസലാമു അലൈക്കും അബൂഫൈസൽ"

മാനേജർ അഭിവാദ്യം ചെയ്തുകൊണ്ട് ആ ഭീമശരീരത്തിൻെറ കരം പുണർന്നു.

അബൂഫൈസൽ എന്ന് കേട്ടപ്പോഴെ ഞങ്ങളുറപ്പിച്ചു, വലിയ ളോഹക്കുള്ളിൽ നിറഞ്ഞുതുളുമ്പുന്ന ആ മനുഷ്യൻ ഞങ്ങളുടെ കഫീൽ (തൊഴിലുടമ) ആണെന്ന്.

മാനേജർ ഞങ്ങളെ അദ്ദേഹത്തിന് പരിചയപ്പെടുത്തി.

മാംസം തുള്ളിത്തുളുമ്പുന്ന ആ വലിയ മുഖത്തെ ചെറിയ കണ്ണുകൾ ഞങ്ങളെ തറപ്പിച്ചുനോക്കി.

അദ്ദേഹത്തിന് ഞങ്ങളെ പിടിക്കാത്തതുപോലെ.

എന്തോ ഒന്ന് മാനേജരോട് പിറുപിറുത്തു.

നമ്മുടെ ജോലിക്ക് ഇവറ്റങ്ങളെ പറ്റുമോ, കണ്ടിട്ട് ഈന്തപ്പന മടൽ പോലുണ്ടല്ലോ എന്നാണ് അദ്ദേഹം പിറുപിറുത്തതെന്ന് പിന്നീട് മാനേജർ പറഞ്ഞ് ഞങ്ങൾ മനസ്സിലാക്കി.

ഗൾഫ് സ്വപ്നമല്ലാതെ മറ്റൊരു സമൃദ്ധിയുടെയും തെളിവ് ഞങ്ങ

ളുടെ ശരീരത്തിലുണ്ടായിരുന്നില്ല. എന്നാൽ സ്വപ്നങ്ങൾ പൂവണിയുന്ന തിൻെറ ഒരു ആഹ്ലാദം കണ്ണുകളിൽ തിളങ്ങിനിന്നിരുന്നു. രാത്രിയായതു കൊണ്ടും കോച്ചിവിറയ്ക്കുന്ന തണുപ്പായതുകൊണ്ടും കഫീലിന് അത് കാണാൻ കഴിഞ്ഞില്ലെന്ന് മാത്രം.

മാനേജർ ഞങ്ങൾക്കില്ലാത്ത ഗുണങ്ങളെല്ലാം പെരുപ്പിച്ച് പറഞ്ഞ് ആ കൂടിക്കാഴ്ചയെന്ന പരീക്ഷയുടെ കടമ്പ കടത്തി. ഇതിനിടയിൽ ഒരു അറബി ഭവനം ആദ്യമായി കാണുന്നതിൻെറ കൗതുകത്തോടെ ഉള്ളി ലെന്താണെന്ന് അറിയാനുള്ള ആകാംക്ഷയിൽ ഞങ്ങൾ തുറന്നുകിടന്ന വാതിലിലൂടെ അകത്തേക്ക് ഒളികണ്ണിടുന്നുണ്ടായിരുന്നു. ഒരുവേള ഞങ്ങ ളുടെ ഒളിനോട്ടം അദ്ദേഹത്തിൻെറ കണ്ണുകളിലുടക്കി. ആ പുരികങ്ങൾ ഒടിഞ്ഞു. നോട്ടം രൂക്ഷമായി ഞങ്ങളുടെ മുഖത്ത് തറഞ്ഞു.

"യേഷ്ഫി?''

ഞങ്ങൾക്കൊന്നും മനസ്സിലായില്ല. പോയിക്കോളൂ എന്നായിരിക്കും പറഞ്ഞതെന്ന് കരുതി ഞങ്ങൾ വേഗം പോയി വണ്ടിയിൽ കയറി.

ദിവസങ്ങൾക്കുശേഷമാണ് ആ 'യേഷ്ഫി' ഞങ്ങളുടെ ആത്മാഭി നത്തിലേക്ക് കഫീൽ വലിച്ചെറിഞ്ഞ അപമാനത്തിൻെറ വലിയൊരു കല്ലാ ണെന്ന് മനസ്സിലായത്. വല്ലാതെ നാണക്കേട് തോന്നി.

കമ്പനിയിൽ പാർട്ട് ടൈം പണിക്ക് വരുന്ന കമ്പ്യൂട്ടർ മെക്കാനിക്ക് വർക്കല സ്വദേശി കുമാറാണ് ആ വിവരം തന്നത്.

പരസ്പരം പരിചയപ്പെട്ട് സംസാരിച്ചിരിക്കുമ്പോൾ കുമാർ പറഞ്ഞു.

"നിങ്ങളെ അബൂഫൈസലിന് ഇഷ്ടമായിട്ടില്ലല്ലോ. അന്ന് അയാ ളുടെ വീട്ടിന്റെ മുന്നിൽവെച്ച് എന്താ സംഭവിച്ചത്?"

അന്ധാളിപ്പോടെ ഞാനും നിസാറും മുഖത്തോടു മുഖം നോക്കി യിരുന്നുപോയി. "ഒന്നും സംഭവിച്ചില്ലല്ലോ, എന്താ വിഷയം?" കരച്ചിലോളം നനഞ്ഞുപോയിരുന്നു ഞങ്ങളുടെ ശബ്ദം.

"നിങ്ങൾ അവന്റെ വീട്ടിനുള്ളിലേക്ക് ഒളിഞ്ഞുനോക്കിയെന്നും പെണ്ണുങ്ങളെ കാണാനാവും നോക്കിയതെന്നും അവൻ പറഞ്ഞു."

അപ്പോൾ ഞങ്ങൾ ആ യേഷ്ഫിയേയും അബൂ ഫൈസലിന്റെ തുറിച്ച നോട്ടത്തെയുംകുറിച്ചോർത്തു.

അതിന്റെ അർത്ഥവും കുമാർ പറഞ്ഞു തന്നു. യേഷ്ഫിയെന്നാൽ 'എന്താണ്' എന്ന് അല്പം ദേഷ്യത്തോടെ ചോദിക്കുന്ന പ്രയോഗമാണെന്നും നിങ്ങൾ ഒളിഞ്ഞുനോക്കുന്നത് കണ്ടപ്പോൾ അവൻ ദേഷ്യം വന്ന് ചോദി ച്ചതാകാമെന്നും ഒരു പരിഹാസച്ചിരിയിൽ കുമാർ അവസാനിപ്പിച്ചു. ഒളിഞ്ഞു നോട്ടമെന്ന വൃത്തികേടിനെ അന്ന് വെറുത്തു പോയതാണ്. ബോധപൂർവ്വം അങ്ങനെയൊരു നോട്ടം നോക്കിയിട്ടില്ല. വെറുതെ നിന്നപ്പോൾ ഞങ്ങള റിയാതെ കണ്ണ് അലഞ്ഞതാണ്. അന്യന്റെ സ്വകാര്യതകളിലേക്കുള്ള ഒളിഞ്ഞു നോട്ടം മലയാളിയിൽ അവനറിയാതെ തന്നെ സംഭവിക്കുന്ന ഒരു ശീല ക്കേടാണെന്ന് അങ്ങനെയാണ് തിരിച്ചറിഞ്ഞത്. അതോടൊപ്പം സൗദികളെ സംബന്ധിച്ചിടത്തോളം അവരുടെ സ്ത്രീകളുടെ നേർക്ക് ഒരു അന്യപു രുഷൻ നോക്കുന്നത് സഹിക്കാൻ പറ്റുന്നതല്ലെന്നും ബോദ്ധ്യപ്പെട്ടു.

അത്

ഞാൻ അദ്ദേഹത്തിന്റെ മൊബൈൽഫോൺ പരിശോധിക്കുകയായിരുന്നു. സ്മാർട്ട് ഫോണിന്റെ പുതിയ ഫീച്ചറുകളോ അതിന്‍റെ രൂപസൗകുമാര്യമോ ബ്രാൻഡ് നെയ്മോ ഒന്നിലുമല്ല സ്ക്രീനിൽ സ്ക്രോൾ ചെയ്യുന്ന കോൺടാക്ട് ലിസ്റ്റിലാണ് കണ്ണുകളുടക്കിയത്. അതിൽ മരണത്തിന്റെ നമ്പറുകൾ കണ്ടതാണ് എന്നെ പിടിച്ചിരുത്തിയത്.

ഗൾഫ് മലയാളികൾക്കിടയിൽ അറിയപ്പെടുന്ന ജീവകാരുണ്യ പ്രവർത്തകനാണ് അദ്ദേഹം. ഫോണിന്‍റെ ബാറ്ററി അന്ത്യശ്വാസം വലിക്കാൻ തുടങ്ങിയപ്പോൾ അത് ചാർജ് ചെയ്യാൻ ഓഫീസിലേക്ക് കയറി വന്നതാണ്. ഫോൺ വാങ്ങി ചാർജറിൽ ഘടിപ്പിക്കാൻ ഒരുമ്പെടുമ്പോൾ അതുവരെ മയക്കത്തിലായിരുന്ന അത് പെട്ടെന്നുണർന്ന് നിലവിളിക്കാൻ തുടങ്ങി.

സ്ക്രീനിൽ 'ഡെത്ത് ത്രീ കാളിങ്' എന്ന് തെളിഞ്ഞു. ''മൂന്നാം നമ്പർ മരണം വിളിക്കുന്നു.'' ഞാൻ നടുങ്ങിപ്പോയി. മരണം വിളിക്കുന്നു എന്ന് സ്വയമറിയാതെ ഉരുവിട്ടുകൊണ്ട് ഫോൺ വേഗം അദ്ദേഹത്തിന് നീട്ടി.

"എല്ലാം ശരിയായിട്ടുണ്ട്. രണ്ട് ദിവസത്തിനുള്ളിൽ ഖബറടക്കാം. എപ്പോൾ നടക്കുമെന്ന് കൺഫേം ചെയ്തിട്ട് ഞാനറിയിക്കാം" എന്ന് ആ മൂന്നാം നമ്പർ മരണത്തിന്റെ ഏതോ അന്വേഷണത്തിനുള്ള മറുപടിയായി പറഞ്ഞശേഷം അദ്ദേഹം ഫോൺ തിരിച്ചു തന്നു.

വീണ്ടും ചാർജറിൽ ഘടിപ്പിച്ചുകൊണ്ടാണ് ഞാൻ സ്ക്രീനിൽ കോൺടാക്ട് ലിസ്റ്റ് പരിശോധിക്കാൻ തുടങ്ങിയത്. 'ഡി' സീരീസിൽ എത്തിയപ്പോൾ മരണത്തിന്റെ പെരുംപ്രവാഹം തന്നെ. ഡെത്ത് ഒന്ന്, രണ്ട്, മൂന്നെന്ന് പതിനാല് വരെ എണ്ണി.

"അപ്പോൾ ഈ പതിനാല് മരണങ്ങൾ?"

എൻെറ മിഴിഞ്ഞ കണ്ണുകളിലേക്ക് നോക്കി അദ്ദേഹം ചിരിച്ചു.

"അതേ, മരിച്ചവർ തന്നെ. മരിച്ചിട്ടും പോകാത്തവർ!"

"മരിച്ചിട്ടും പോകാത്തവരോ?"

"അതെ, മരിച്ചിട്ടും പോകാനാവാതെ മോർച്ചറിയിലെ ശീതപ്പെട്ടികളിൽ കിടക്കുന്നവർ. അതിലൊന്നിന്റെ ആളാണ് ഇപ്പോൾ വിളിച്ചത്"

വീണ്ടുമൊരു കാൾ വന്നു. ഭാഗ്യം മരണത്തിൻേറതല്ല. വിളിച്ചയാളോട് എന്തോ പറഞ്ഞ് ഫോൺ വേഗം തിരിച്ചുനല്കി തുടർന്നു:

"ആശുപത്രി മോർച്ചറിയിൽ കിടക്കുന്ന ഡെഡ്ബോഡികളാണ് ആ പതിനാലും. പേപ്പറുകൾ ശരിയായി വരുന്നതേയുള്ളൂ. ചിലത് നാട്ടിലേക്ക് അയക്കണം. അല്ലാത്തത് ഇവിടെ അടക്കണം. അതിന്റെയൊക്കെ വേണ്ടപ്പെട്ടവരുടെ നമ്പറുകളാണ് ഇതെല്ലാം. തിരിച്ചറിയാൻ വേണ്ടി ഫോണിൽ ഡെത്തിന് നമ്പറിട്ട് രജിസ്റ്റർ ചെയ്തെന്നേയുള്ളൂ."

"ഏതായാലും മരണത്തിനും കോൺടാക്ട് നമ്പറുകളായല്ലോ!" എന്ന് ഞാൻ ചിരിച്ചു.

തിരിഞ്ഞ് വാതിലിന് നേരെ നടക്കുമ്പോൾ അദ്ദേഹം പറഞ്ഞു: "ഫോൺ ഇവിടെയിരുന്ന് ചാർജ്ജാകട്ടെ. ഞാനിപ്പോൾ വരാം. വിളികൾ തുരുതുരാ വരും. എടുക്കുകയാണെങ്കിൽ ഞാൻ പുറത്താണ്, തിരിച്ചു വന്നിട്ട് വിളിക്കുമെന്ന് പറഞ്ഞാൽ മതി. അധികം ശല്യമായാൽ സൈലന്റാക്കി വെച്ചോളൂ."

വാതിൽ അദ്ദേഹത്തിന്റെ പിന്നിലടഞ്ഞപ്പോൾ ഞാൻ എൻെറ ജോലിയിലേക്ക് മടങ്ങി. രക്തം പൊടിഞ്ഞതുപോലെ ഫോണിന്റെ ചുവന്ന എൽ ഇ ഡി ബൾബ് തെളിഞ്ഞുനിന്നു. കുറെ നേരത്തേക്ക് ശല്യമൊന്നുമുണ്ടായില്ല. വിളികൾ വരാൻ തുടങ്ങിയപ്പോൾ തുരുതുരാ ആയി. സഹികെട്ടപ്പോൾ സൈലന്റ് മോഡിലിടാം എന്ന് കരുതി കൈയിലെടുത്തതാണ്. സ്ക്രീനിൽ അപ്പോൾ തെളിഞ്ഞത് എട്ടാം നമ്പർ ഡെത്താണ്. കേൾക്കാൻ അത്ര സുഖകരമല്ലാത്തതാണ് റിങ് ട്യൂണെന്ന് അപ്പോഴാണ് ശ്രദ്ധിച്ചത്. കുറെ നേരം കരഞ്ഞ് പിന്നെ ഏങ്ങലടക്കിയ ഫോൺ നേരിയൊരു മൗനത്തിനുശേഷം വീണ്ടും നിലവിളിക്കാൻ തുടങ്ങി. ഒരേ നമ്പർ! തുടർച്ചയായി നാലു തവണ എട്ടാം നമ്പർ മരണത്തിന്റെ വിളി വന്നപ്പോൾ ഞാൻ പച്ച ബട്ടണിൽ വിരലമർത്തി.

കാതിനെ ഞെട്ടിച്ച് മറുതലയ്ക്കൽ കടുത്ത ഒച്ച. പരുഷമായ പുരുഷ ശബ്ദം.

"നിങ്ങളെന്താ പറഞ്ഞുപറ്റിക്കുകയാണോ? എത്ര ദിവസമായി വിളിക്കുന്നു. ഫോൺ എടുക്കേമില്ല, എടുത്താലൊട്ട് വിവരം പറയേമില്ല. പറ്റില്ലെങ്കിൽ ഏല്ക്കാൻ നിന്നതെന്തിനാ? ഞങ്ങൾ കുറെപ്പേർ പലനാട്ടിൽ നിന്ന് വന്നിവിടെ കെട്ടിക്കിടക്കാൻ തുടങ്ങിയിട്ട് ദിവസം പത്ത് പന്ത്രണ്ടായി. ഉടനെയെങ്ങാനും 'അത്' ഇങ്ങോട്ട് അയക്കാൻ പറ്റുമോ എന്നറിയണം."

എനിക്ക് എന്തെങ്കിലുമൊന്ന് പറയാൻ ഇടതരാതെ അയാൾ ഒറ്റശ്വാസത്തിൽ ശകാരിച്ച് തീർത്തു.

"ക്ഷമിക്കണം, നിങ്ങളുദ്ദേശിച്ച ആളല്ല ഞാൻ. ചാർജ് ചെയ്യാൻ ഫോൺ ഏല്പിച്ച് അദ്ദേഹം പുറത്തുപോയതാണ്. തിരിച്ചു വരുമ്പോൾ പറയാം. ആട്ടെ, താങ്കൾ ഏതിന്റെ കാര്യമാണ് പറഞ്ഞത്?"

"ഒരു ഡെഡ്ബോഡീടെ. പേരൊക്കെയുള്ള വലിയ ജീവകാരുണ്യ പ്രവർത്തകനല്ലേ എന്ന് കരുതീട്ടാ അയാളെ അവിടെയുള്ള ഞങ്ങളുടെ ആളുകൾ ഏല്പിച്ചത്. ഡെഡ്ബോഡി ഇന്ന് വരും നാളെ വരും എന്ന് പറഞ്ഞ് കാത്തിരിക്കാൻ തുടങ്ങിയിട്ട് പത്ത് പന്ത്രണ്ട് ദിവസമായി. വന്നു വന്നിപ്പോൾ വിളിക്കുമ്പോൾ ഫോണും എടുക്കാണ്ടായി. അതോണ്ടാ ഫോണെടുത്തപ്പോൾ അറിയാണ്ടെ ഒന്ന് കടുപ്പിച്ചത്. ഒന്നും തോന്നിയേക്കല്ലേ. ക്ഷമിച്ചേക്കണേ"

ചെറുപ്പക്കാരന്റെ സ്വരത്തിലെ ക്ഷമാപണം എനിക്കിഷ്ടമായി. ഞാൻ പറഞ്ഞു:

"അദ്ദേഹം വരുമ്പോൾ പറഞ്ഞ് അങ്ങോട്ട് വിളിപ്പിക്കാം. ആര് വിളിച്ചെന്നാണ് അദ്ദേഹത്തോട് പറയേണ്ടത്? അതാരുടെ ബോഡിയാണ്? അടുത്ത ബന്ധുവാണോ മരിച്ചത്?"

"അനൂപ് വിളിച്ചെന്ന് പറഞ്ഞാൽ മതി. മരിച്ചത് അച്ഛനാണ്."

കറവപ്പശുവിന്റെ ആത്മഭാഷണങ്ങൾ

തൊഴിലില്ലായ്മയുടെ വേനൽച്ചൂടേറ്റ് മനസ്സ് തിണർത്തുകിടന്ന കാലം. നേരിനും നിനവിനുമിടയിലെ നെടുവീർപ്പിന്റെ ആഴക്കയങ്ങളിലേക്കാണ് ഏജന്റ് വിസ എന്ന കച്ചിത്തുരുമ്പിട്ടുതന്നത്. ഉമ്മയുടെ കെട്ടുതാലി വരെ പണയപ്പെടുത്തി ബാപ്പ വിയർത്തു.

പാസ്പോർട്ട് നേരത്തേ എടുത്തുവെച്ചിരുന്നതിനാൽ അതിന്റെ പൊല്ലാപ്പുണ്ടായില്ല. എങ്കിലും വെരിഫിക്കേഷന് വന്ന പൊലീസുകാരന്റെ കഴുകൻചുണ്ടിന് തീറ്റകൊടുക്കാൻ നൂറുറുപ്പിക തികച്ചെടുക്കാനില്ലാതെ വിയർത്ത ബാപ്പ അടുത്ത വീട്ടിലേക്കോടിയത് വേദനയായി ബാക്കിയുണ്ട്.

എല്ലാറ്റിനും പരിഹാരമാകാൻ പോകുകയല്ലേ, അപ്പോൾ ഈ വേദനക്കൊക്കെ കടംവീട്ടും എന്ന് മനസ്സിൽ സ്വപ്നം ചിറകുവിരിച്ചു.

ജനാലയ്ക്കപ്പുറം വിമാനത്തിൻെറ ചിറക് മേഘങ്ങളെ കീറിമുറിക്കുമ്പോൾ ഒട്ടൊരു ഗൃഹാതുരതയോടെ മനസ്സ് പിന്നിലേക്ക് പാളിനോക്കി. അറിയാതെ പൊക്കിളിൽ കൈവിരലുകൾ എത്തുന്നു. ഒരു പൊക്കിൾകൊടി ബന്ധം ഇതാ മുറിഞ്ഞുവീഴുന്നു... ഒരു പ്രവാസി അവന്റെ യാത്ര തുടങ്ങുകയായി...

രാവിലെ വിരഹത്തിന്റെ കണ്ണീർ കണ്ട് എയർപോർട്ടിൽ വന്നിറങ്ങിയപ്പോൾ ടാക്സിക്കാരനായിരുന്നു ആർത്തിയുടെ കൈ ആദ്യം നീട്ടിയത്. കടലിനക്കരെ കാണാപ്പൊന്ന് വാരാൻ പോകുന്നതല്ലേ. അപ്പോൾ ടാക്സിക്കൂലി സാധാരണ പോരല്ലോ.

പിന്നെ, തുറിച്ചുനോട്ടക്കാരുടെ ചുട്ടുപഴുത്ത കണ്ണുകൾ വട്ടമിട്ട് പറന്നു. മുന്നിലെ ക്യാബിനിലിരിക്കുന്ന ഉദ്യോഗസ്ഥന്റെ അളന്നെടുക്കുന്ന നോട്ടം. നീണ്ട ക്യൂവിൽനിന്ന് കാലുകഴച്ചാലും അപ്പുറത്തെ കൗണ്ടർ കൂടി തുറന്നുവെച്ച് എളുപ്പമാക്കാൻ തയ്യാറാവാത്ത ഉദ്യോഗസ്ഥരുടെ മുഖം കാണു

മ്പോൾ വല്യുമ്മ പറയാറുള്ള കഥയിലെ നരകം കാക്കുന്ന മാലാഖയുടെ സങ്കല്പത്തിലെ മുഖം തെളിഞ്ഞുവരുന്നതായി തോന്നും.

ഒടുവിൽ ബോർഡിങ് പാസ് കിട്ടി മുന്നോട്ട് നടക്കുമ്പോൾ പിന്നിൽ ഉറ്റവർ ഒരു നേർത്ത കാഴ്ചയായി മറയുന്നു. വിമാനത്തിൻെറ ഇരമ്പത്തിന് കാതോർത്തിരിക്കുമ്പോൾ പേടിച്ചതുതന്നെ കേൾക്കുന്നു. വിമാനം ലേറ്റ്. ഒന്നും രണ്ടുമല്ല, 12 മണിക്കൂറാണ്...

ഫ്ളൈറ്റ് വൈകിയാൽ വിസ ക്യാൻസലാവാം. എയർപോർട്ടിൽ കൂട്ടിക്കൊണ്ടുപോകാൻ വരുന്നവർക്കറിയില്ലല്ലോ എയർ ഇന്ത്യയുടെ തമാശകൾ. പനിയായിരുന്നതിനാൽ ക്ലാസിൽ ഹാജരാകാൻ കഴിഞ്ഞില്ലെന്ന് പണ്ട് ക്ലാസ് ടീച്ചറിന് നല്കിയപോലൊരു സങ്കടഹർജി ഗൾഫിലെ സ്പോൺസറുടെ അടുത്ത് വിലപ്പോവില്ലല്ലോ!

അങ്ങനെയങ്ങനെ നൂറുകൂട്ടം കടമ്പകളിൽ തട്ടിത്തടഞ്ഞ് ഒടുവിൽ സ്വപ്നഭൂമിയിൽ കാലുകുത്തുന്ന ഓരോ പ്രവാസിയുടെയും തുടക്കം ഇങ്ങനെയൊക്കെത്തന്നെയാണ്. തുടർച്ചയോ? അതിലും വലിയ വ്യത്യാസമൊന്നുമുണ്ടാവില്ല.

ഏജന്റിന്റെ വഞ്ചനയുടെ ചൂടാണ് മരുഭൂമിയിലെത്തിയയുടൻ മനസ്സിനെ പൊരിച്ചുകളഞ്ഞത്. പറഞ്ഞ ശമ്പളമില്ല. ജോലി ഭാരം കനത്തത്. ഏജന്റ് കൈമലർത്തി. ദേഷ്യപ്പെട്ടപ്പോൾ ഫോൺ കട്ട് ചെയ്തു.

എംബസിയുടെ നമ്പർ തേടിപ്പിടിച്ച് വിളിച്ചു. മറുതലയ്ക്കൽ രാഷ്ട്ര ഭാഷ. ഹിന്ദി മാഷിൻെറ ചൂരൽപ്പഴങ്ങൾ തുട പൊള്ളിച്ചിട്ടും മിനിമം പാസ് മാർക്ക് പോലും വാങ്ങാൻ കഴിയാത്ത ഭാഷയാണ്.

എന്തൊക്കെയോ പറഞ്ഞു, എന്തൊക്കെയോ കേട്ടു. ആർക്കുമാർക്കുമൊന്നും മനസ്സിലാകാത്തതുകൊണ്ടാവും ഫോൺ മലയാളി ശബ്ദത്തിന് കൈമാറി. അറിയാത്ത ഭാഷയായിരുന്നു നല്ലതെന്ന് തോന്നി. അതിനൊരു സൗമ്യതയുണ്ടായിരുന്നു.

“കിട്ടിയ വിസയിൽ ആക്രാന്തം പിടിച്ച് കയറിവരും, അനുഭവിക്ക്, ഇവിടെ വഴിയൊന്നുമില്ല” എന്ന് നല്ല മലയാളത്തിൽ ആക്രോശം. വിളിക്കേണ്ടിയിരുന്നില്ലെന്ന് തോന്നി.

സ്വദേശി തൊഴിൽദാതാവ് കുറ്റം തന്റേതല്ലെന്ന് ബോധ്യപ്പെടുത്തി. കൃത്യമായി പറഞ്ഞിരുന്നു, ശമ്പളവും ജോലിയുടെ സ്വഭാവവുമൊക്കെ. എല്ലാം തെറ്റിച്ചത് നിൻെറ നാട്ടുകാരനാണ്, ഏജന്റ്. ഉള്ളതൊക്കെ വിറ്റുപെറുക്കിയതും പലതും പണയപ്പെടുത്തിയതും കടത്തിൻെറ വലിയ വാൾ തലയ്ക്ക് മുകളിൽ തൂങ്ങിനില്ക്കുന്നതും തട്ടുമുട്ട് ഭാഷയിൽ പറഞ്ഞൊപ്പിച്ചപ്പോൾ അയാൾ ആശ്വസിപ്പിച്ചു.

വർഷങ്ങൾ പലത് കടന്നുപോയി. ആദ്യ യാത്ര നാട്ടിലേക്ക്, പ്രതീക്ഷയുടെ ചിറകുകൾ ചരിച്ച് വിമാനമിറങ്ങി. ഉൾപ്പുളകത്തോടെ ജന്മനാടിന്റെ വായു ശ്വസിച്ചു. ആ ആശ്വാസം അധികം നീണ്ടില്ല. ആ പഴയ കഴുകൻചുണ്ടുകൾ മുന്നിൽ നിന്നെത്തി വട്ടമിട്ട് പറക്കാൻ തുടങ്ങുന്നത് ഞെട്ടലോടെ കണ്ടു.

കടം തീർക്കാനും വീടിന്റെ പട്ടിണിയകറ്റാനും ചുരത്തിക്കൊണ്ടിരുന്നതിൽ മിച്ചം വെച്ചതുകൊണ്ട് വാങ്ങിച്ച അത്യാവശ്യസാധനങ്ങൾ നിറഞ്ഞ ബാഗേജുകളിലേക്ക് കുത്തിക്കയറുന്ന ആർത്തിയുടെ നോട്ടം കണ്ട് ശരിക്കും ഞെട്ടി.

ഗ്രീൻ ചാനലിലൂടെ പോണോ, കൈയിലുള്ളതെല്ലാം എട്, അല്ലെങ്കിൽ അങ്ങോട്ട് മാറിനിന്ന് കെട്ടെല്ലാം ഒന്നൊന്നായി അഴിച്ച് സാധനങ്ങൾ വലിച്ച് പുറത്തിടെന്ന് മുന്നിൽ ട്രോളി തടഞ്ഞ് ഭീഷണി. അത്യാവശ്യച്ചെലവിന് വിമാനം കയറും മുമ്പ് റിയാൽ മാറ്റി രൂപയാക്കി കൈയിൽ വെച്ചത് പോരാഞ്ഞിട്ട് പഴ്സിൽ ബാക്കിയായ, പഴക്കം കൊണ്ട് പിഞ്ഞിത്തുടങ്ങിയ റിയാൽ വരെ പിഴിഞ്ഞെടുത്തു,

വർഷങ്ങൾക്ക് മുമ്പ് വിമാനം കയറുമ്പോഴുണ്ടായിരുന്ന അവസ്ഥയിൽ പുറത്തേക്ക്. പുറത്തേക്കുള്ള വഴിയറിയാതെ വഴിയിൽ തടഞ്ഞുനില്ക്കുമ്പോൾ സുരക്ഷാഭടന്റെ തുറിച്ച നോട്ടവും ആക്രോശവും തോളിൽ പിടിച്ചുതള്ളലും.

താക്കോൽ കറക്കി ടാക്സിയിൽ ചാരി ഒരു മൃദുഹാസത്തോടെ ഡ്രൈവർ നോക്കിനില്ക്കുമ്പോൾ ട്രോളി ഡിക്കിയുടെ അടുത്തേക്ക് വലിച്ചടുപ്പിച്ച് ശാരീരികാവശതകൾ മറക്കാൻ ശ്രമിച്ച് ഏന്തിവലിഞ്ഞ് ബാപ്പ സാധനങ്ങൾ എടുത്തുവെക്കാൻ സഹായിക്കുന്നു.

എയർപോർട്ടിൽനിന്ന് പുറത്തുകടക്കുമ്പോൾ ഒരാശ്വാസത്തിനായി ശംഖുമുഖം കടപ്പുറത്തേക്ക്, കടലിൻെറ അപാരതയിലേക്ക് വെറുതെ നോക്കി. അതിനക്കരെ സ്വപ്നഭൂമിയിൽനിന്നുള്ള ഓർമ്മകളിൽ അമർന്ന് സീറ്റിലേക്ക് ചാരുമ്പോൾ വാഹനം ഒരു ഗട്ടറിൽ വീണ് ആകെ ഒന്നുലയുന്നു.

മുമ്പ് എത്രയോ കാലം പൊളിഞ്ഞു തകർന്നുകിടന്ന റോഡായിരുന്നു തിരുവനന്തപുരം എയർപോർട്ടിൽനിന്ന് കണിയാപുരംവരെയുള്ള ഈ റോഡ്. ഒത്തിരി പരാതികളും നിവേദനങ്ങളുമൊക്കെ വേണ്ടിവന്നു ഒന്ന് നന്നാക്കാൻ.

അന്ന് നെടുമ്പാശ്ശേരിയിൽ വിമാനത്താവളമുണ്ടായിരുന്നില്ല; കരിപ്പൂരിലും. കേരളത്തിലെ മിക്ക പ്രവാസികളും വന്നിറങ്ങി വീടെത്തുകയോ ഗൾഫിലേക്ക് ചേക്കേറുകയോ ചെയ്തിരുന്നത് ഈ പാതയിലൂടെയായിരുന്നു.

അതേസമയം, കിഴക്കേക്കോട്ടയിൽനിന്ന് കോവളത്തേക്ക് സുഖസുന്ദരമായ പാതയുണ്ടായിരുന്നു. കാരണം, അതുവഴി വന്നുപോകുന്നവർ സായിപ്പുമാരായിരുന്നു. ഈ വിവേചനം എല്ലായിടത്തും കണ്ടു. അത് തിരിച്ചറിയാൻ കഴിയുന്നത് പ്രവാസിയായപ്പോഴാണല്ലോ എന്ന് പെട്ടെന്നോർത്തു.

വീട്ടിലെത്തി ഒന്നുമയങ്ങിയുണരുമ്പോഴേക്കും കാണാൻ പലരെത്തി. പഴയ സുഹൃത്തുക്കളിൽ പലരുമുണ്ട്. പരിചയമില്ലാത്തവരുമുണ്ട്. അവരിൽ ചിലർ എൽ ഐ സി ഏജന്റുമാരായിരുന്നു. മറ്റു പലതിന്റെയും

ഏജന്റുമാരുമുണ്ടായിരുന്നു.

എല്ലാവർക്കും അറിയേണ്ടത് ഒന്ന്: എന്നാണ് മടക്കം?

വേണ്ടതും ഒന്ന്: പണം.

അവർ കണക്ക് പറഞ്ഞ് പണവും വാങ്ങി പടിയിറങ്ങി. ജീവിതം ആയുഷ്കാലത്തേക്ക് സുരക്ഷിതമായി എന്ന ആശ്വാസത്തോടെ കിടന്നുറങ്ങി.

പിന്നീട് വന്നത് പലതരം പിരിവുകാരാണ്. പള്ളിക്കാര്, പാർട്ടിക്കാര്. അപ്പോഴോർത്തത് ഇതുപോലെ കൈനീട്ടാൻ ഇമ്മിണി വലിയ ആളുകൾ വിസയെടുത്ത് അവിടെയുമെത്തുന്നുണ്ടല്ലോ എന്നാണ്.

ചോദിച്ചവർക്കൊക്കെ കൊടുത്ത്, മാസമൊന്ന് തികയും മുമ്പ് ഓട്ടക്കീശയായി.

രണ്ടാമത്തെ അവധി കഴിഞ്ഞ് തിരിച്ചെത്തുമ്പോഴാണ് കോഴിക്കോട്ടുകാരൻ മൊയ്തുക്കയുടെ ദുരന്തകഥ അറിഞ്ഞത്.

സമീപത്തുള്ള ഒരു കമ്പനിയിൽ ജീവനക്കാരനായിരുന്നു മൊയ്തുക്ക. നാടറിയുന്ന കോൺഗ്രസുകാരൻ. എല്ലാ ആഗസ്ത് പതിനഞ്ചിനും ജനുവരി ഇരുപത്താറിനും അതിരാവിലെ ഉണർന്ന് ഖദറിട്ട് ടാക്സി പിടിച്ച് എംബസിയിലേക്ക് പോകും.

അംബാസഡർ ദേശീയ പതാകയുയർത്തുമ്പോൾ വാനിലുയർന്ന് പറക്കുന്ന പതാകയിലേക്ക് നോക്കി സല്യൂട്ടടിക്കും. ആ മൊയ്തുക്ക അവധിക്ക് നാട്ടിലെത്തിയപ്പോൾ ദേശദ്രോഹിയായി മുദ്രകുത്തപ്പെട്ട് ജയിലിലായ വിവരമറിഞ്ഞ് ഞെട്ടിപ്പോയി.

എത്ര ചിന്തിച്ചിട്ടും മനസ്സിലായില്ല. പിന്നെയാണ് കാര്യങ്ങൾ വിശദമാവുന്നത്. ഇന്ത്യൻ മാതാവിന് പാക് പൗരനിലുണ്ടായ ഒരുവൻ മൊയ്തുക്കയുടെ മരുമകനായി പോയതായിരുന്നു ദേശീയ സുരക്ഷ ഏജൻസികളുടേതടക്കം കനത്ത ചോദ്യം ചെയ്യലിനും ജയിൽവാസത്തിനും പാസ്പോർട്ട് പിടിച്ചുവെക്കലിനും ദേശദ്രോഹ പട്ടം ചാർത്തലിലേക്കും നയിച്ചത്. ജയിലിലായിരിക്കുമ്പോൾ തന്നെ വിസയുടെ കാലാവധി കഴിഞ്ഞു. ചാർത്തിക്കിട്ടിയ ദേശദ്രോഹ പട്ടുംവളയുമായി ജന്മനാട്ടിൽ തന്നെ അടങ്ങിയൊതുങ്ങി കഴിയുകയാണ് മൊയ്തുക്ക.

അടുത്ത യാത്രയിലാണ് എയർപോർട്ടിൽ കസ്റ്റംസുകാർ മണിക്കൂറുകളോളം പിടിച്ചുവെച്ച് ഞെക്കിപ്പിഴിഞ്ഞത്. ഭാര്യക്കും ഉമ്മയ്ക്കും വേണ്ടി വാങ്ങിയ നാലഞ്ചുപവന്റെ സ്വർണ്ണാഭരണങ്ങളായിരുന്നു കാരണം. കനത്ത ഭീഷണി. ഒടുവിൽ കൈയിലുള്ള കറൻസികളെല്ലാം അവർ കവർന്നെടുത്തു. സ്വർണ്ണം നഷ്ടപ്പെടാതെ കിട്ടിയ ആശ്വാസത്തോടെയാണ് അന്ന് വീട്ടിലെത്തിയത്. നമ്മുടെ എയർപോർട്ടുകളിൽ ഓരോ ദുരനുഭവങ്ങൾ നേരിടുമ്പോഴാണ് ഗൾഫിലെ എയർപോർട്ടുകളുടെ മഹത്ത്വമറിയുക. സ്വന്തം നാട്ടിൽ കിട്ടുന്നതിനേക്കാൾ എത്രയോ മാന്യമായ സ്വീകരണമാണ് അന്യനാട്ടിൽ പണിയിരന്ന് ചെന്നിട്ടുപോലും കിട്ടുന്നത്...

വർഷം പലതു കഴിയുന്നതിനിടയിൽ ഒരിക്കൽ ആ അത്യാഹിതവും

സംഭവിച്ചു. ഇതിനിടയിൽ വളർന്നുപന്തലിച്ച സ്പോൺസറുടെ സ്ഥാപനങ്ങളിലെ പ്രധാന കണക്കെഴുത്തുകാരനായ മലയാളി ലക്ഷക്കണക്കിന് റിയാൽ കണക്കിൽ തിരിമറികാട്ടി തട്ടിയെടുത്തു മുങ്ങി. സ്പോൺസർ തളർന്നുപോയി. അയാളുടെ സ്ഥാപനങ്ങൾ ഒന്നൊന്നായി പൊട്ടി. നിവൃത്തിയില്ലാതെ അയാൾ ഷട്ടറിട്ടു. തൊഴിലാളികളോട് പുറത്തുപോയി ജോലി തേടാൻ ആ നല്ലവനായ തൊഴിലുടമ നിർദ്ദേശിച്ചു. അങ്ങനെ കിട്ടിയ തൊഴിലിൽ ജീവിതത്തിന്റെ ശിഷ്ടഭാഗം കഴിച്ചുകൂട്ടുന്നു.

ഇത്രയും കാലത്തിനിടയിൽ പലതും കണ്ടു, പലതുമറിഞ്ഞു. പ്രവാസിയെന്ന കറവപ്പശുവിനെ പിഴിയുന്നവരെയാണ് ഏറെയും കണ്ടത്. അവരിൽ എല്ലാവരുമുണ്ട്. ഗൾഫുകാരനെന്ന് അറിഞ്ഞാൽ കൈക്കൂലിയുടെ തുക ഉയർത്തുന്നതും കൊള്ളയടിക്കുന്നതും കസ്റ്റംസുകാരൻ മാത്രമല്ല, വില്ലേജ് ഓഫിസർ വരെ ആ നിര നീണ്ടതാണ്.

ഒരു രണ്ടാം കെട്ടിന്റെ കഥ

ഊതിയാൽ പറക്കുംവിധം ഭാരംകുറഞ്ഞ് കുറുതായ മനുഷ്യനായിരുന്നു അയാൾ. വളരെ സാധുവെന്നും നിഷ്കളങ്കനെന്നും കാഴ്ചയിൽ തന്നെ തോന്നിപ്പിക്കുന്ന പ്രകൃതം. മലയാളിയാണെങ്കിലും അറബികളുടെ തോബാണ് (ളോഹ) വേഷം. റിയാദിലെ എൻെറ പത്രം ആപ്പീസിലേക്കാണ് കയറിവന്നത്.

സൗദിയിലെ അയാളുടെ പ്രവാസം അവസാനിപ്പിക്കുകയാണ്. 38 വർഷമായി. വയസ്സ് അറുപതാണ് നടപ്പ്. നാട്ടിലേക്ക് മടങ്ങുന്നു. ജീവിതകാലത്തിന്റെ പകുതിയിൽ കൂടുതലും ചെലവിട്ട പ്രവാസം സംഭവബഹുലമാണ്. അതൊന്ന് പത്രത്തിൽ എഴുതണം. നാലാള് വായിക്കണം. അതിനുവേണ്ടി വന്നതാണ്. പ്രവാസ ലോകത്ത് അത് പതിവാണ്. രണ്ടുംമൂന്നും പതിറ്റാണ്ട് ഗൾഫ് പ്രവാസത്തിൽ ആയുസ്സ് ഉരുക്കിക്കളഞ്ഞവർ വിളക്കിയെടുത്ത് പൊന്നുപോലെ മനസ്സിൽ സൂക്ഷിക്കുന്ന കഥകൾ പലതുണ്ടാവും കെട്ടഴിക്കാൻ. ഗൾഫിൽ നിന്നിറങ്ങുന്ന ഏതാണ്ടെല്ലാ മലയാള പത്രങ്ങളും വലിയ ഉദാരതയോടെ അതിനൊക്കെ സ്ഥലവും അനുവദിക്കും. വാർത്തയും ഫീച്ചറുമൊക്കെയായി അച്ചടിമഷി പുരളും. ഈ നാട്ടുനടപ്പിനെക്കുറിച്ച് അറിവുള്ള സുഹൃത്തുക്കൾ ബുദ്ധിയുപദേശിച്ചാണ് ഇങ്ങോട്ട് പറഞ്ഞുവിട്ടത്. നാലുപതിറ്റാണ്ട് കടഞ്ഞെടുത്ത പ്രവാസത്തിന്റെയും മീശകുരുക്കും മുമ്പ് നാടുവിട്ടോടി ഇന്ത്യയാകെ ചുറ്റിയടിച്ച് നടന്ന കൗമാരത്തിന്റെയും കഥകൾ പറഞ്ഞുകേട്ടപ്പോൾ എഴുതാൻ വേണ്ടതുണ്ടെന്ന് തോന്നി.

ഹജ്ജ് കപ്പലിൽ വന്നാണ് പ്രവാസത്തിൽ നങ്കൂരമിട്ടത്. തീർത്ഥാടന വിസയിൽ തൊഴിൽ തേടിയ തട്ടിപ്പിൽനിന്ന് തുടക്കം. സൗദിരാജ്യത്ത് അനധികൃതനായി അലഞ്ഞുതിരിഞ്ഞത് ഏറെക്കാലം. ഒടുവിൽ രാജാ

വിന്റെ കാരുണ്യം പൊതുമാപ്പ്, പിന്നെ നിയമാനുസൃത തൊഴിൽ ജീവിതം.

എന്തായാലും 38 വർഷംകൊണ്ട് ജീവിതം നല്ലതൊന്ന്, ഒന്നല്ല 'രണ്ടെണ്ണം' കെട്ടിപ്പടുത്തു. രണ്ട് വീട് നിർമ്മിച്ചു. മക്കളെയൊക്കെ വളർത്തി വലുതാക്കി. അവർ ഓരോരുത്തരായി സ്വന്തം ജീവിതപ്പുരകളുടെ കാലുനാട്ടിത്തുടങ്ങി.

"ഇനി വിശ്രമ ജീവിതത്തിലേക്കാവും മടക്കം അല്ലേ?" ഞാൻ ചോദിച്ചു.

"ഹേയ് അതിനായിട്ടില്ല. പറക്കമുറ്റാത്തതായി ഇനിയുമുണ്ട് വീട്ടിൽ നാലഞ്ചെണ്ണം."

"ഈ പ്രായത്തിലും ചെറിയ കുട്ടികളോ?"

"അതെ, ഇളയകുടിയിലെ രണ്ടെണ്ണം സ്കൂളിൽ പഠിക്കുന്നതേയുള്ളൂ. മൂത്തതിൽ ഒന്നിനെ കെട്ടിക്കാനുമുണ്ട്"

"അപ്പോൾ 'ബീടര്' രണ്ടാണ് അല്ലേ?"

"ഉം, രണ്ടും രണ്ട് വീട്ടിലാണ്. അടുത്തടുത്താണ് വീടുകൾ. രണ്ടും ഞാൻ വെച്ചതാണ്. നാട്ടിൽ ഇരുന്നുണ്ണാനുള്ള സമ്പാദ്യമൊന്നുമായിട്ടല്ല പ്രവാസം അവസാനിപ്പിച്ചു പോകുന്നത്. രണ്ട് വീട്ടിലും അടുപ്പ് പുകയണമെങ്കിൽ നാട്ടിലെത്തിയാൽ പിറ്റേന്ന് തന്നെ ഞാൻ പണി അന്വേഷിച്ചിറങ്ങണം. വയസ്സ് അറുപത് കഴിഞ്ഞതുകൊണ്ട് ഇങ്ങോട്ട് ഇനി രക്ഷയില്ല. വേറെ വഴിനോക്കണം."

"രണ്ടാം 'ബീടര്' വളരെ ചെറുപ്പമാണെന്ന് തോന്നുന്നു?" ഒരുവല്ലാത്ത ചിരി എന്റെ മുഖത്തുണ്ടായിരുന്നു. അയാളിൽ ഭാവമാറ്റമൊന്നും കണ്ടില്ല. വളരെ ലാഘവത്തോടെയുള്ള മറുപടി.

"അതെ, മുപ്പത് തികഞ്ഞിട്ടില്ല."

"എങ്ങനെ കിട്ടി?"

"അതൊക്കെ ഒരു കഥയാണ്"

അയാളാ കഥ വിസ്തരിച്ചുപറയാൻ തുടങ്ങി. അപ്പോൾ ആ മുഖത്ത് കണ്ട തിളക്കം, 'ഇനിയും പറ്റും, വേണമെന്നുവച്ചാൽ' എന്നൊരു ഭാവമാണെന്ന് തോന്നി. കൗമാരത്തിലേ നാടുവിട്ടതുകൊണ്ട് അനുഭവങ്ങളുടെ ചൂളയിൽ കിടന്ന് വെന്ത് യൗവനം നേരത്തെ പാകതയാർജ്ജിച്ചിരുന്നു. നാട്ചുറ്റി, പലപല പണികൾ പഠിച്ചും ചെയ്തും കൈയിലല്പം സമ്പാദ്യവുമായി ജീവിക്കാൻ ത്രാണിയുണ്ടെന്ന് മുഖത്തെഴുതിവെച്ച് തിരിച്ചെത്തിയപ്പോൾ ബാപ്പ പിന്നെ ആലോചിക്കാൻ നിന്നില്ല. ഒരു മധുരപ്പതിനേഴിനെ പിടിച്ചു കെട്ടിച്ചുകൊടുത്തു.

ജിദ്ദയിലേക്ക് കപ്പൽ കയറുമ്പോൾ രണ്ടാം തവണയും അവളുടെ വയർവീർത്തിരുന്നു. ഹജ്ജ് കഴിഞ്ഞുള്ള അലഞ്ഞുതിരിയലിന്റെ വൈഷമ്യകാലമൊക്കെ കഴിഞ്ഞ് നിയമാനുസൃത പണിക്കാരനായി റിയാദിലെത്തി നല്ലൊരു കമ്പനിയിൽ ജോലിയൊക്കെ ആയി ജീവിതം പച്ചപിടിക്കുകയും ഇടയ്ക്കിടെ നാട്ടിൽ പോവുകയും ചെയ്തുകൊണ്ടിരുന്നതിനാൽ വീട്ടിൽ

കുട്ടിശബ്ദങ്ങളുടെ എണ്ണം പെരുകിക്കൊണ്ടിരുന്നു. ജീവിതം ആഹ്ലാദപൂർണ്ണമായി.

ഒരിക്കൽ സഹപ്രവർത്തകനായ അടുത്ത ജില്ലക്കാരൻ കുറച്ച് പണം കടം ചോദിച്ചു. മൂന്ന് ലക്ഷം രൂപ വേണം. നാട്ടിൽ പോകുകയാണ്. തിരിച്ചുവന്ന് പണിയെടുത്തു വീട്ടും. മകളുടെ കല്യാണാവശ്യത്തിനാണ്. പണം കൊടുത്തു. നാട്ടിൽ പോകുന്ന തീയതി അടുത്തു വരുന്നതിനിടെ ചോദിച്ചു:

"അല്ല സമദേ, നീ ഈ പണം എത്ര കാലംകൊണ്ടാ തിരിച്ചുതരിക?"

"മോള്ടെ കല്യാണം കഴിഞ്ഞാൽ ഞാൻ വേഗത്തിൽ തിരിച്ചുവരുമല്ലോ. പിന്നെ കിട്ടുന്ന ശമ്പളമെല്ലാം നിങ്ങൾക്ക് തരാം."

''നിൻെറ ശമ്പളം എത്രയുണ്ടെന്ന് എനിക്കറിയാവുന്നതല്ലേ? കല്യാണം കഴിയുമ്പോൾ കടം വേറേയുമുണ്ടാവും. പിന്നെ വീട്ടുചെലവും. ഈ പണം നിനക്ക് സമയത്തിന് തിരിച്ചുതരാൻ കഴിയുമെന്ന് എനിക്ക് തോന്നുന്നില്ല."

"പിന്നെ എന്തുചെയ്യും?" സമദ് പരുങ്ങി. "ഈ പണം കൂടി കണ്ടിട്ടാണ് നാട്ടിൽ പോകാൻ ഒരുങ്ങിയത്. നിങ്ങൾക്ക് വിശ്വാസമില്ലെങ്കിൽ പണം ഇപ്പോൾത്തന്നെ മടക്കിത്തരാം."

"അതൊന്നും വേണ്ട. പണം നീയെടുത്തോ. തിരിച്ചുതരണ്ട. നിനക്ക് സമ്മതമാണെങ്കിൽ മോളെ ഞാൻ കെട്ടിക്കോളാം."

അത് കേട്ട് സമദ് ഞെട്ടിയോ എന്നയാൾ പറഞ്ഞില്ല. പക്ഷേ, കഥ കേട്ടിരുന്ന ഞാൻ ഞെട്ടി.

''എന്നിട്ട്?''എന്ന് ചോദിക്കുമ്പോഴും എന്റെ വായ് തുറന്നപടി തന്നെയിരുന്നു.

"എന്നിട്ടെന്താ? ഞാൻ സമദിനോടൊപ്പം നാട്ടിൽ പോയി. കല്യാണം നടത്തി."

എന്റെ പൊളിഞ്ഞിരുന്ന വായിൽനിന്ന് ഒരു ചോദ്യം കൂടി അനുസരണക്കേട് കാട്ടി: "അന്ന് നിങ്ങൾക്കെത്രയായിരുന്നു വയസ്സ്?"

"നാല്പത്തെട്ട്"

"ആ കുട്ടിക്കോ?"

"പതിനാറ്"

ഞാനാകെ തിളച്ചുപോയി. ചാടിയെഴുന്നേറ്റ് അയാളുടെ കഴുത്തിന് പിടിക്കാൻ തോന്നി.

"എന്തിനായിരുന്നു രണ്ടാമതൊന്ന്? ഭാര്യയ്ക്ക് എന്തെങ്കിലും തകരാറ്?"

"ഹേയ്, അവൾക്ക് നല്ല ആരോഗ്യമാണ്. ആറ് പെറ്റില്ലേ അവൾ?"

"പിന്നെ എന്തിനാ മനുഷ്യാ ആ കൊച്ചു പെൺകുട്ടിയെക്കൂടി?"

"ഒരാഗ്രഹം തോന്നി. പിന്നെ സമദിന് ആ പണം തിരിച്ചുതരാൻ പ്രയാസമുണ്ടാവുമല്ലോ എന്നും കരുതി."

"മൂത്ത ഭാര്യയുടെ അനുവാദത്തോടെയായിരുന്നോ?"

"ഏയ് അല്ല, അവൾ അറിഞ്ഞില്ല. സമദിൻെറ കൂടെ ഞാൻ അവന്റെ നാട്ടിലേക്കാണല്ലോ പോയത്. കല്യാണം കഴിഞ്ഞ് രണ്ടാഴ്ച അവിടെ താമസിച്ചു. അപ്പോഴും എന്റെ നാട്ടിലും വീട്ടിലും അതൊന്നും അറിഞ്ഞതേയില്ല. ഒരുദിവസം ഭാര്യയെ ഫോൺ ചെയ്തു കാര്യം പറഞ്ഞു. തൊട്ടടുത്ത ജില്ലയിലുണ്ടെന്നും ഇങ്ങനെയൊരു വിശേഷമുണ്ടായെന്നും."

"അപ്പോൾ അവരെന്ത് പറഞ്ഞു?"

"കുറച്ചുനേരത്തേക്ക് അപ്പുറത്ത് നിന്ന് ഒന്നും കേട്ടില്ല. പിന്നെ പറഞ്ഞു. എന്തായാലും അന്യനാട്ടിൽ നില്ക്കണ്ട. നിങ്ങൾ അവളേം കൂട്ടി ഇങ്ങോട്ട് വരൂ എന്ന്. ഞാൻ അങ്ങനെ ചെയ്തു. ഞങ്ങൾ രണ്ടാളെയും അവൾ സന്തോഷത്തോടെ സ്വീകരിച്ചു. ആദ്യം ഒരു വീട്ടിൽ തന്നെയായിരുന്നു. പിന്നെ അടുത്ത് തന്നെ ഒരു വീടും കൂടി വെച്ചു. രണ്ടു പേരും നല്ല സന്തോഷമായി കഴിയുന്നു."

9 789387 842854

Printed by Libri Plureos GmbH in Hamburg,
Germany